நம்மோடுதான் பேசுகிறார்கள்

சீனிவாசன் - பாலசுப்ரமணியன்

நம்மோடுதான் பேசுகிறார்கள்	:	கட்டுரைகள்
ஆசிரியர்	:	சீனிவாசன் - பாலசுப்ரமணியன்
	:	© ஆசிரியருக்கு
அட்டை மற்றும் உள் புகைப்படங்கள்	:	அபுல்கலாம் ஆசாத்
முதற்பதிப்பு	:	டிசம்பர் 2012
வெளியீடு	:	வம்சி புக்ஸ்
		19, டி.எம்.சாரோன்,
		திருவண்ணாமலை - 606 601
		செல்: 9444867023 , 04175-251468
அச்சாக்கம்	:	மணி ஆப்செட், சென்னை-600 077
விலை	:	₹ 200/-
ISBN	:	978-93-80545-73-8

Nammoduthan Pesugirargal	:	Essays
Author	:	Srinivasan-Balasubramaniyan
	:	© Author
First Edition	:	December 2012
Cover Jacket & Inner Photographies	:	Abulkalam Aazad
Published by	:	Vamsi books
		19.D.M.Saron,
		Tiruvannamalai-606 601
		9444867023, 04175-251468
Printed at	:	Mani Offset, Chennai-600 077
Price	:	₹ 200/-
ISBN	:	978-93-80545-73-8

vamsibooks@yahoo.com * www.vamsibooks.com

ஜெயந்திக்கும், சுமதிக்கும்.

உள்ளே......

செப்புத் திருமேனியும், செவ்வக வடிவக் குளக்கரையும்	16
கலைகளைத் தேடிய பயணம்	20
ரசனை	24
காணாமல் போன மாதா உண்டியல்	29
பட்டினப்பிரவேசம்	34
மரநாகூண்டும் மரணக்கிணறும்	38
சடங்குகளும் சம்பிரதாயங்களும்	42
அலங்காரம்	47
சப்பரமும் பேரிக்காயும்	52
நாயும் நன்றியுணர்வும்	57
படைப்பும் படைப்புலகமும்	62
ஊடக மொழியில் சுதந்திரம்?	65
சிவாஜி பைத்தியம்	69

ஆடும் புறாவும் பாடும் குயிலும்	72
குறியீட்டு மொழியில் கீழ்வாளை	77
உதார் கமிட்டி பாலுவும் ரேபான் கிளாசும்	80
பச்சைக்கலரில் காய்த்த மாங்காய்!	84
கீழ்நோக்கிய சிவப்பு முக்கோணம்	88
அறுகோணமும் தாமரைப் பூவும்	91
தங்கப்பல்லும் பச்சை பெல்ட்டும்	100
அப்பாவும் நானும் தொடர்ச்சி	106
தொண்டிக் கொல்லையும், டிசம்பர் பூவும்	110
வாழ்வியலே கலை! கலையே வாழ்வியல்!!	115
இயக்கம்	120
அரூபம்	124

நன்றி

இந்தக் கட்டுரைகளைத் தொடராக வெளியிட்ட
புதிய பார்வை இதழுக்கு...

நம்மோடுதான் பேசுகிறார்கள்

எஸ். ராமகிருஷ்ணன்

இரண்டு நண்பர்கள் சுவாரஸ்யமாகப் பேசிக் கொண்டிருக்கும் போது தற்செயலாக நாமும் அதில் கலந்து கொள்ள ஆரம்பித்தால் பேச்சு களை கட்டத் துவங்கிவிடும். இந்தப் புத்தகம் அப்படியான ஒன்றுதான். இது கலைகள் குறித்த கட்டுரைகளின் தொகுப்பு என்ற போதும் உரையாடல்களின் தொகுப்பாகவே உள்ளது.

சீனிவாசனும் பாலசுப்ரமணியனும் பேசிக்கொண்ட உரையாடல்களே கட்டுரைகளாகி இருக்கின்றன. எதைப்பற்றிப் பேசிக் கொள்கிறார்கள் என்பதில் தான் இதன் தனித்துவம் வெளிப்படுகிறது. ஓவியம், நுண்கலை, சிற்பம், கோவில் மரபுகள், சமுதாயச் சிக்கல்கள், அன்றாட வாழ்க்கை என்று முடிவில்லாமல் உரையாடல்கள் ஒன்றைத் தொட்டு ஒன்றாக விரிவடைகின்றன.

அன்றாட வாழ்வின் சுமை அழுத்தி மூச்சு திணறச் செய்யாத கலைஞர்களே உலகில் இல்லை. இன்று வான்கோவின் ஓவியங்கள் பலநூறு கோடிகளுக்கு விற்பனையாகின்றன. ஆனால் அவன் வாழும் காலத்தில் அதன் மதிப்பை ஒருவரும் உணரவேயில்லை. வறுமை, தனிமை, நிராகரிப்பு, கலையின் உந்துதல் தந்த தீராத அககொந்தளிப்பு இவற்றுடன் போராடி தன் காதைத் தானே அறுத்துக் கொண்ட வலி மிக்க வாழ்க்கை தான் வான்கோவிற்கு வாய்ந்திருந்தது.

புறக்கணிப்பின் வலி எல்லாக் காலத்திலும் ஒன்று போலத் தான் இருக்கிறது, புத்தகம், ஓவியம், இசை, தஞ்சை வட்டாரத்து கோவில்கள், ஆற்றோரம், கடந்த கால நினைவுகள் என இருவரையும் இணைக்கும் பொதுப்புள்ளிகள் நிறைய இருக்கின்றன. அதைப் பகிர்ந்து கொள்ளும் போது சட்டென, தெறிப்புகளாக வந்துவிழும் எண்ணங்கள் படிப்பவரை வியக்க வைக்கின்றன.

தேங்காய் ஆயிரம் ஆண்டுகளில் தன்னை மாற்றிக் கொள்ளவில்லை. ஆனால் அதன் பயன்பாடுகளை நாம் மாற்றியிருக்கிறோம் என்று உரையாடலின் ஊடாக வெளிப்படும் ஒரு வரி, பார்க்க எளிமை போலத் தோன்றிலும் ஆழமாக நம்மை யோசிக்க வைக்கிறது. அதுதான் இந்தக் கட்டுரைகளின் தனிப்பலம்.

இந்த உரையாடல்களின் அடித்தளமாக இருப்பது மூன்று காரணிகள். ஒன்று பொருளாதாரச்சிரமங்கள் கலை வெளிப்பாட்டிற்குத் தடையாக உள்ளதா, இல்லை மனநிலை தான் முக்கியப் பிரச்சனையா என்பது. இரண்டாவது, நமது கலைமரபும் அதன் உன்னதங்களும் இன்று கண்டுகொள்வார் இன்றி சிதைக்கப் படுகிறதே என்ற ஆதங்கம். மூன்றாவது, அடிப்படை அறத்தை கைவிட்டு சுய நலத்திற்காக உருமாறிக் கொண்டிருக்கும் பெருநகர வாழ்வின் மீதான கோபம் மற்றும் அதைச் சாதகமாக உபயோகப்படுத்திக் கொள்கிற சமூகத்தின் மீதான ஆத்திரம். இவையே வேறுவேறு கருப்பொருட்கள் சார்ந்த கட்டுரைகளாக உருக் கொண்டிருக்கின்றன.

இருவரது உரையாடல்களின் ஊடாக சுதைச்சிற்பங்கள், பழைய தமிழ்த் திரைப்படங்கள் குறித்த நினைவுப் பகிர்வுகள், கீழ்வாலை குகை ஓவியங்கள், பதிப்போவிய உத்திகள், ஆனந்த குமாரசாமியின் கலைக்கோட்பாடுகள், குழந்தைகளின் கலைஉலகம், தஞ்சை வட்டாரக் கோவில்களின் தனித்துவம் என்று கலைடாஸ்கோப்பினுள் உருமாறும் வண்ணக்கலவைகள் போல, புதிய காட்சிகளும் கருத்துகளும் நமக்கு அறிமுகமாகின்றன.

ஓவியங்களுக்குக் கூட தலைப்பு வைக்காத ஓவியர்கள் பலர் வாழும் சூழலில் கே.பாலசுப்ரமணியன், என். சீனிவாசன் என்ற ஓவியர்கள் எழுதத் துவங்கியிருக்கிறார்கள். இயல்பான, எளிமையான இந்தக் கட்டுரைகள் நம்மோடு நேரடியாக, நெருக்கமாகப் பேசுகின்றன. அதுதான் இதன் தனித்துவம்.

Nammoduthaan Pesukirarkal

Is a good life necessarily a pleasant life? This book makes me strive to think thus. The central aim of this book seems to be that when carefully preserved, memories which become nostalgia over time, can arouse plausible evaluations of changing lifestyles. Pleasure as a feeling varies with age and time and is related to memories that you are closely associated with. But how do these pleasures, which could largely be the experiences of a past make you introspect about your current lifestyle and the path to the future? So cultural pluralism, which largely means, that smaller groups within a larger society who maintain their unique cultural identities, are getting obsolete because of the mindless race towards 'modernity'. The meaning of certain things have changed completely over generations. A classic case wherein the previous generation views 'kutty elephant' as a four legged living being, while for another generation, it means a four legged mechanical vehicle. Then what happens to the identity of people who live by their cultural identity - whom do they identify themselves with?

The role of mentors in trying to make aware the worthlessness of pleasure without knowledge is discussed by the author. As an academician, this book has made me think intensely about the education system we have in our country - are we looking at human minds or training a powerful youth resource to be more mechanical than ever, within the realms of what 'must be'. The scope for exploration, the time for introspection and the desire for 'learning' is lost completely. As a parent, I end up desiring educational pluralism wherein the individual differences are to be respected and welcome.

The most fascinating aspect of this book is the narrative, which swings back and forth and jolts the reader from time to time. The chapters commence with a few lines of very popular songs, which I, until now had only hummed as one in many. A new interpretation through stories, provoke us to think of an appropriate context for these lines in our lives. The extent of details of characters in the book is just about sufficient to not start distracting from the main course of the content. Overall, I found the book to be enjoyable and it has opened a new dimension of Mr. N.Srinivasan to me.

Dr. Iyer Vijayalaxmi K

Dr. Iyer Vijayalaxmi K. is an architect – academician who's interest lies in sustainable built environment which respects traditional vernacular building techniques. She has published a number of technical papers in International Journals and Conferences. She also displays a keen interest in carnatic music.

நம்மோடுதான் பேசுகிறார்கள்

What a novel war of bringing to the fore the need for observing, nourishing and preserving our rich cultural heritage? Though the book looked like a summary of casual, time pass or conversation between two artists, friends who seemed to have one common binding thread which is the concern for preserving the heritage of Tamil Nadu... இப்படியெல்லாம் ஆரம்பித்து 'நம்மோடுதான் பேசுகிறார்கள்' என்ற விசித்திரமான உரையாடல் தொகுப்பினைப் பற்றி ஒரு விமர்சனம் எழுதவேண்டும் என்று முதலில் தோன்றியது. ஆனால், இதை ஆங்கிலத்தில் எழுதினால் நான் சொல்ல விரும்பும் கருத்து சரியாகச் சென்றடையாதோ என அச்சம் ஏற்பட்டது. ஆகவே தமிழிலேயே தொடர்வது என்று முடிவெடுத்தேன்.

நமது தேசிய, தமிழ் மண்ணின் பாரம்பரிய சொத்துக்களான கலை, கலாச்சாரம், வாழ்வியல், தொழில் நூட்ப நுண்ணறிவு இவற்றை ஒரு சாதாரணமாகத் தோன்றும் உரையாடல் *(Casual Conversation)* மூலம் பதிவு செய்யும் முயற்சியை எவ்வளவு பாராட்டினாலும் தகும். சமுதாய வளர்ச்சியையும், வாழ்வியல் கலையையும் பதிவு செய்யும் ஒரு கலைஞனின் பங்கு எவ்வளவு உன்னதமானது என்று எனக்கு இந்தத் தொகுப்பு எடுத்துரைத்தது. ஒரு கலைஞன் என்பவன் தனக்குத்

தோன்றியவற்றை, தனக்கு விருப்பமான நேரத்தில், தனக்குப் பரிச்சயமான வழியில் பதிவு செய்யும் ஒரு சுயநலமிக்க சுதந்திரப் பறவை என்ற எனது தவறான எண்ணம் இப்புத்தகத்தின் மூலம் நொறுங்கியது.

ஒரு ஆள்பவனோ, விஞ்ஞானியோ, தொழில் நுட்ப அறிஞனோ, எழுத்தாளனோ, சிந்தனைவாதியோ, தத்துவ ஞானியோ ஒரு சமுதாயத்தின் வளர்ச்சிக்கும் முன்னேற்றத்திற்கும் எவ்வளவு பங்காற்றுகின்றானோ அதில் எள்ளளவும் குறையாமல் ஒரு கலைஞனின் பங்கு இருப்பதை உணர்த்திய ஆசிரியர்களுக்கு என் உளமார்ந்த வாழ்த்துக்கள்.

ஓவியம் என்றால் என்ன? படைப்பு என்றால் என்ன? அவர்களே சொல்கிறார்கள் “திருத்தமாகச் செய்யப்பட்ட எந்தவொரு வேலையின் வெளிப்பாடும் அழகுணர்வோடு இருக்குமானால் ஓவியம். அதே திருத்தமாகச் செய்யப்பட்ட எந்த ஒரு வேலையின் வெளிப்பாடும் சிந்தனை சார்ந்து இருக்குமானால் அது படைப்பு” அந்த விதமான படைப்புகள் காலத்தால் அழியாதவை. ஆனால் இன்றைய நாகரிக வாழ்க்கையில் நாம் அவைகளுக்குச் செலுத்த வேண்டிய மரியாதையைச் செலுத்துகின்றோமா என்பது ஒரு பெரிய கேள்விக்குறி.

‘வீட்டிலும் ஊர்லயும் நாட்டுலயும் இருந்த கலையையும் கலாசாரத்தையும் கொன்னுட்டு துக்கமில்லாம சந்தோஷப்பட்டு பொய்யைக் கொல்றதுக்கு பதிலா உண்மையைக் கொன்னுட்டோம்’ என்றவரிகள் பொட்டில் அடித்தால் போலிருந்தது.

ஒரு படைப்பாளி என்பவன் சமூகத்தைப் பிரதிபலிக்கும் கண்ணாடி போன்றவன். எவ்வளவு உன்னிப்பாகத் தம்மைச் சுற்றி நிகழும் நிகழ்வுகளை கவனிக்கிறானோ அவ்வளவுக்கவ்வளவு அவனது சிந்தனையும் செழுமைப்படும். அந்த அளவுகோலில் வைத்துப் பார்த்தால் திரு. சீனிவாசனும், திரு. பாலசுப்ரமணியனும் எந்த அளவு தங்களைச் சுற்றியிருக்கும் சமூகத்துடன் ஈடுபடுத்திக் கொண்டு வாழ்ந்து கொண்டிருக்கிறார்கள் என்பதை நினைத்துப் பெருமிதம் அடைகிறேன். அந்த ஈடுபாடு தான் அவர்களுக்கு இந்தச் சமூகத்தின் மேல் சிறிது கோபம் கொள்ளவும் செய்கிறது.

‘ஏன் கலையைப் பத்தியோ, கலைஞர்களைப் பத்தியோ, கலை வளர்ச்சியைப் பத்தியோ எந்தச் சிந்தனையுமில்லாம வேற உலகத்தில் வாழ்த்துக் கிட்டு இருக்காங்க, ஒரு வேளை இவங்கள திருப்பியும் பசிக்கும் பட்டினிக்கும் கொண்டு வந்தாத்தான் இந்தியாவுல கலை வளருமோ?...’ என்னே வரிகள்.

தூரிகையைத் தாண்டி ஒரு கலைஞனால் தனது எண்ண ஓட்டங்களை, சிந்தனைகளை எழுத்தின் மூலமும் பதிவு செய்ய முடியும் என்பதற்கு இந்த உரையாடல் தொகுப்பு ஒரு சான்று.

ஆம், அவர்கள் நம்மோடுதான் உரையாடிக் கொண்டிருக்கிறார்கள். நாம் சிறுவயதில் கவனித்து ரசிக்கத் தவறிவிட்ட பல காட்சிகளை நம் கண் முன்னே கொண்டு வந்து நிறுத்தியுள்ளார்கள். ஒரு சில சமயங்களில், நாம் நமது பொக்கிஷங்களை இழந்ததற்கு, ஒருவகையில் நாமும் ஒரு காரணமாக இருந்துள்ளோமோ என்ற குற்ற உணர்வு ஏற்பட்டது. நமது கலையையும் கலாச்சாரத்தையும் நேசிக்கத் தவறிவிட்டோமா? பண்பாட்டை மதிக்கத் தவறிவிட்டோமா? நமது ரசனை எந்தப் பக்கம் திசை திரும்பியது?

இழந்தவற்றை நினைத்து வருத்துவதை விட, மிஞ்சியுள்ள நமது தமிழ் மண்ணின் பொக்கிஷங்களைப் பேணிப் பாதுகாப்போம் என சூளுரைப்போம். திரு. சீனிவாசன், வலுப்படுத்த வேண்டும் என்று கூறிய மூன்று விஷயங்களை நினைவு கூர விரும்புகிறேன்.

“1. செவ்வியல் கலைகளை மீட்டெடுக்கிறது, பாதுகாக்கிறது.

2. சமகாலக் கலையை வளர்க்கிறது, பிரச்சாரம் பண்றது.

3. கலை பத்தின புரிதலை, நம்பிக்கையை மக்கள் மத்தியில் விதைக்கிறது, நாகரீகத்தைச் செழுமைப்படுத்துகிறது”

இந்த உரைநடை வழிப் புத்தகத்தை எழுதிய திரு. சீனிவாசனும், திரு. பாலசுப்ரமணியனும் எனக்கு மிகவும் தெரிந்த கலை வல்லுநர்கள் என்பதில் பெருமிதம் கொள்கிறேன். அவர்களின் கலைப்பணியும், எழுத்துப் பணியும் தொடர என் வாழ்த்துகள்.

இந்தப் புத்தகத்தை வெளியிட்ட ‘வம்சி புக்ஸ்’ பதிப்பகத்திற்கு என் மனமார்ந்த பாராட்டுகள்!

இவண்,

பேராசிரியர். முனைவர் சுரேஷ் குப்புஸ்வாமி
அண்ணா பல்கலைக் கழகம்.

ஃபோட்டோஸ் ஆஃப் காட்ஸ்
சைஸ் - 40 x 40
பிரிண்ட் ஆன் ஆர்க்கேவல் பேப்பர்
2005 - 2012

செப்புத் திருமேனியும் செவ்வக வடிவக் குளக்கரையும்

ஒரு நீள் செவ்வக வடிவக் குளக்கரை ஏனோ என்னையும் என் நண்பனையும் தன்னுள்ளே ஈர்த்து அமர்த்திக் கொண்டது. தண்ணீர் விளிம்புதட்டி நிற்கவில்லை என்ற போதிலும் அதன் வடிவம் செவ்வகமாகவே காட்சியளித்தது. நீல நிறத்தில் வானம், பசுமையான புல்வெளிகள் அந்த அதிகாலை நேரத்தின் அழகை மேலும் கூட்டியது. அதிகாலை வேளையில் அந்த திருவாலங்காட்டுக் காட்சி என்னை என் படைப்புகளை நோக்கி இழுத்துச் சென்றது. நானும், என் படைப்பும் தொடர்ந்து வந்த பயணமும் என் வாழ்க்கையையும் வாழ்வியல் முறையையும் அந்த நேரத்தில் அசைபோடத் தூண்டியது. ரம்யமான அந்தச் செவ்வக வடிவக் குளத்தினை மிகுந்த ஆர்வத்தோடு பார்க்க முனைந்தபோது அது என்னுடைய கித்தானில் நான் தீட்டிக் கொண்டிருக்கும் முக்கோண, அறுகோண, செவ்வக, தாந்தரீக வடிவங்களின் மிகப் பிரமாண்டமான பிரதிபலிப்பாகவே தோன்ற ஆரம்பித்தது.

சட்டென யாரோ என் தோளில் தட்டியது போல் உணர்ந்தேன். இயற்கையிலிருந்து நான் கித்தானுக்குப் பல வடிவங்களை இழுத்தேனா? என்னுடைய கித்தானில் நான் பார்த்த பல வடிவங்களை இயற்கையோடு

ஒப்பிட்டுப் பார்த்தேனா? இது விவாதப் பொருளா? அல்லது அகத்தை நோக்கிய பார்வையா? இப்படிப் பல பெரிய வார்த்தைகளைப் போட்டு என்னுள்ளே சிந்தித்துக் கொண்டிருந்தபோது, என்ன பாஸ்! பயங்கர யோசனையில் இருக்கீங்க போலிருக்கு. எந்த யோசனையும் இல்லாம சாதாரணமா உங்களால எதையும் ரசிக்க முடியல இல்ல? உங்களோட எல்லா மேதாவித்தனத்தையும் கொண்டு வந்து இங்க பார்க்க வேண்டிய அவசியம் இல்லையே... பாஸ்.

சாதாரணமா இருக்கலாமே. சரி ரொம்ப பசிக்குது சாப்பிட போவோமா? என்று நண்பன் சீனிவாசன் கேட்டபோது இயல்பை மீறி, இயற்கையை மீறி எந்தச் சிந்தனையும் மேம்பட்ட சிந்தனையாக இருக்குமா என்ற கேள்வி உடனே என்னுள்ளே எழுந்தது. அதை மறைக்க முயன்றேன். ஆனால் முடியவில்லை. கேட்டு விட்டேன். சீனிவாசன் சொன்ன பதில் மிளகை இரண்டா உடச்சிப்போட்டு பொங்கல் பண்ணா நல்லா இருக்குமா? ஏன் பாஸ் முழு மிளகைப் போட்டு பண்றதுக்கும் இதுக்கும் என்ன வித்தியாசம் இருக்க முடியும்? ஆமா, அதுல போடுறாங்களே பாசிப்பருப்பு அதையும் அரிசியையும் சமமாப் போட்டா எப்படியிருக்கும்? மூணுக்கு ஒண்ணா போட்டா எப்படியிருக்கும்? இந்தக் கேள்வி என் பொட்டில் அறைந்தது. வேறொன்றுமில்ல. இப்போதைக்குப் பசிக்குது. அதனால சாப்பாட்டப் பத்தி நான் யோசிச்சேன். உங்களுக்குப் பசிக்கல போலிருக்கு. அதனால இயற்கைன்னா என்ன? கித்தான்னா என்ன? டப்பான்னா என்ன? பொட்டின்னா என்னன்னு யோசிச்சிட்டிருக்கீங்க. ஆனா யோசிக்கிறதெல்லாம் சிந்தனையாயிடுமா? சிந்தனைன்னா என்ன? யோசனைன்னா என்ன? என்னவோ போங்க பாஸ்! நீங்கள் பெரிய ஆளுங்க... என்னென்னவோ பேசுவீங்க, என்று வந்து விழுந்த பதிலிலிருந்த உண்மை சுடச் செய்தது.

இந்தியா போன்ற பரந்து விரிந்த நாட்டில் பசியிலும், பட்டினியிலும் இவ்வளவு செழுமையான ஒரு கலை வளர்ந்து விருட்சமா நிக்கறப்ப, இன்னிக்கு இருக்கற அந்த ஓ.எம்.ஆர். ரோட்டில போய்ப் பார்த்தா பெரிய பெரிய கம்பெனிகள் பிரமாண்டமான கண்ணாடியெல்லாம் போட்டு பளபளன்னு இருக்கே? ஏன் கலையைப் பத்தியோ, கலைஞர்களைப் பத்தியோ, கலை வளர்ச்சியைப் பத்தியோ, எந்தச் சிந்தனையுமில்லாம

வேறு ஒரு உலகத்தில வாழ்ந்துக்கிட்டு இருக்காங்களே, ஒருவேளை இவங்கள திருப்பியும் பசிக்கும் பட்டினிக்கும் கொண்டு வந்தாத்தான் இந்தியாவுல கலை வளருமா? என்ற கேள்வியோடு பொங்கல் சாப்பிட ஒரு நல்ல கடையைத் தேடிப்போனோம்.

வளமான இந்தியா போன்ற நாடுகள் கலைகளை எப்பொழுதுமே போஷித்து வந்திருக்கின்றன. கிழக்கிந்திய நாடுகளினுடைய கலை, கலாச்சாரம், மரபு, பண்பாடு போன்றவற்றை முதன்முறையாக ஐரோப்பிய நாடுகளில் பறை சாற்றியவர் டாக்டர் ஏ.கெ. குமாரசாமி (ஆனந்த் கென்டிஷ் குமாரசாமி) கிழக்காசிய நாடுகளின் கலையும், பண்பாடும் குறிப்பாக இந்தியா என்று கட்டமைந்த பின்பு இந்திய தேசத்தில் மிகவும் செழிப்பான கலை இருந்ததற்கான அடையாளமான நடராஜர் சிற்பத்தை இன்றளவும் பார்க்கிறோம். டாக்டர் ஏ.கெ. குமாரசாமி அவர்களுடைய வார்த்தைகளிலிருந்து சொல்ல வேண்டுமேயானால் மிக நுட்பமான ஒரு தொழில் நுட்பத்தின் உதவியுடன், மிக நேர்த்தியுடன், மிகவும் மேம்பட்ட ஒரு கலா ரசனையைக்கூடச் சேர்த்து, மிகப்பெரிய தத்துவத்தினை உள்ளடங்கிய ஒரு கலை வடிவம்தான் நடராஜர் என்று நாம் இன்று சொல்லும் இந்தச் சொற்கள் டாக்டர் ஏ.கெ. குமாரசாமி அவர்களால் பெரிய புத்தகங்களாக அச்சடிக்கப்பட்டு, ஐரோப்பிய நாடுகளில் இந்தியாவைத் திரும்பிப் பார்க்கச் செய்தது என்றால் மிகையாகாது. இப்ப எதுக்கு இதெல்லாம் பத்தி நீங்க பேசிட்டிருக்கீங்க அப்படின்னு சீனிவாசன் கேட்கும்போது, நான் இருக்கிற இடம் திருவாலங்காடு. இரத்தின சபை, வெள்ளி சபை, தாமிர சபை, சொர்ண சபை, சித்திர சபைங்கிற ஐந்து சபைகள்ல ஒரு சபை திருவாலங்காடுன்னு சொல்றாங்க.

மற்ற நடராஜர் வடிவங்களிலிருந்து முற்றிலும் மாறுபட்டது திருவாலங்காட்டு நடராஜர். இங்கே காரைக்கால் அம்மையார் கையால நடந்து வந்ததா ஒரு ஐதீகம் இருக்கு. இந்த இடத்துல நான் இரண்டு விஷயங்களைப் பத்தி பேசுவேன். மதத்தப் பத்தியோ, இன்னைக்கு நீங்கள்லாம் போய் குங்குமம் வச்சு, எண்ணெய் தடவி, தட்டுல காசு போட்டு உண்டியல்ல எதையாவது முடிஞ்சு போட்டு அவன் ஒழிஞ்சு போவணும். இவன் இப்படி இருக்கணும்னு வேண்டிட்டு வர்ற கோவில்களப் பத்தியோ நான் பேசல. உண்மையான கோவில்களுடைய

தத்துவார்த்தத்தை அது எதற்காக அமைக்கப்பட்டது? அதுலயிருந்து நாம என்ன புரிஞ்சிக்கணும்? நாம அதுக்கு என்னாவாயிருக்கணும்? அது நமக்கு என்னவாயிருக்கும்கிறதை பத்தி நா பேச நினைக்கிறேன். கலை, கலைவடிவங்கள், கலாச்சாரம் அப்படின்னு பேசும்போது தென்னாட்டுல, தென்பகுதி இந்தியாவில் தமிழ்நாட்டில் வரலாற்றுச் சான்றா, பனை மலை, சித்தன்ன வாசல் போன்ற குகைகள், மகாபலிபுரம், கழுகுமலை போன்ற குடவரைக் கோவில்களையும், நிறைய செப்பேடுகள் அதுல இருக்கிற **Manuscript**-யும், கல்வெட்டுகளையும், ஆதாரமாகக் கொண்டுதான் புரிஞ்சுக்கவும், தெரிஞ்சுக்கவும் வேண்டியிருக்கு. இதையெல்லாம் தாண்டி செப்புத் திருமேனிகள் கோவில்கள்ல இருக்கக் கூடிய உற்சவமூர்த்திகள் அதிலிருந்தும் நாம் நிறைய காலகட்டங்களைப் பத்தி ஆராய்ச்சி பண்றோம். முற்காலச் சோழர்களுடைய செப்புத் திருமேனிகள் எப்படியிருக்கும்? பிற்காலச் சோழர்களுடைய செப்புத் திருமேனிகள் எப்படியிருக்கும்? நாயக்கர்களுடையது எப்படியிருந்திருக்கும்? ஒரு ஆயிரம், ஆயிரத்து ஐநூறு ஆண்டுகள் வரலாற்றைச் செப்புத் திருமேனிகள் மூலமாகவும் தெரிஞ்சிக்க முடியும், இப்படி வெவ்வேறு விதமான வரலாற்றுச் சுவடுகளிலிருந்து கலை வெளிப்பாடுகளையும், பண்பாட்டையும் நான் உங்களுக்குச் சொல்றதுக்கு முயற்சி பண்றேன். அதுக்கு முன்னாடி இப்படி நான் கடகடன்னு நிறைய சொல்லிட்டேன். ஆனா பார்த்தீங்கன்னா இது மிகப்பெரிய டிராவல்ல இருந்துதான் எனக்குள்ள வந்து விழுந்தது. என்ன டிராவல் அப்படின்னு விரிவா வரப்போற கட்டுரைகள்ல பார்ப்போம்.

கலைகளைத் தேடிய பயணம்

ஒரு நாள் சாயங்காலம் அது. 90, 92 - ல் இருக்கலாம். 91 ல் கூட இருக்கலாம். என் வீட்டுக்குப் பக்கத்துல ஒரு தள்ளு வண்டியில சமோசாவ ஒடச்சிப்போட்டு, மேல பட்டாணி சுண்டல் ஊத்தி விற்கும் ஒரு கடையில ஒரு பையனப் பார்த்தேன். திடீர்னு என் முன்னாடி பேச ஆரம்பிச்சு, அது எங்கேயோ போச்சுனு வச்சுங்கோங்களேன்.

அது வேற யாருமில்லை, நண்பன் சீனிவாசன் தான் பக்கத்தில இருக்கான். அப்ப வந்து ஒரு தனிமனிதனுடைய ஐடியாலஜின்னா என்னா? நவீனக் கலைக்கும் கலைஞனுக்கும் என்ன சம்பந்தம்? இன்னைக்கு நமக்கு முன்னாடி கலைகள் எப்படியெல்லாம் வாழ்ந்திருக்கு? நாம எப்படி இருக்கிறோம். நம்ம எக்சிஸ்டன்ஸ் பத்தி, இப்படி எதுவுமே புரியாம, பல கேள்விகளைக் கேட்டுக்கிட்டு இருந்தான்.

எனக்கு ஒரு பழக்கம் உண்டு. எப்பவுமே இந்தியன் எக்ஸ்பிரஸ் போன்ற ஏதாவது ஆங்கிலப் பத்திரிகைகள், பழைய கடைகளில் கிடைக்கக் கூடிய கலை பற்றிய நிறைய கட்டுரைகளைச் சேகரிக்கிற வழக்கம் எனக்கு இருந்திருச்சு. இவனுக்கு ஏதாவது காமிக்கலாம். ஆனா அவன்கிட்ட குடுக்கக் கூடாது அப்படின்னு நினைச்சுட்டு வீட்டுக்குக் கூட்டி வந்தேன். நிறைய அட்டை பெட்டிகளை அவன் கண்ணுக்குக் காமிச்சேன்.

ஒண்ணு ரெண்ட பிரிச்சு அதுல இருக்கிற ஒரு சில ஹார்ட் பவுண்ட் பைண்டு பண்ணின கட்டுரைத் தொகுப்புகளை எடுத்து காமிச்சேன். அவன் சொன்னான் 'இது எல்லாம் இங்கிலீஷ்ல இருக்கு. எனக்கு தமிழே படிக்கத் தெரியாது. நீங்க பெரிய ஆளுன்னு ஒத்துக்கிறதுக்கு என்கிட்ட காமிக்க வேண்டியதில்லை. இதெல்லாம் வச்சிருந்தா பெரிய ஆளுன்னு நினைக்கிற முட்டாள்தனத்துக்கு நான் போக விரும்பல. உங்களுக்கு என்ன புரிஞ்சுதோ அத எனக்குச் சொல்லிக் கொடுங்க. எனக்கு புரிஞ்சத நான் திரும்பச் சொல்றேன். புரியலன்னா திரும்ப கேட்டுக்கிறேன். ஆனா புரிஞ்ச மாதிரி காமிச்சா வாழ்க்கை வீணாப் போயிரும்.

அப்படின்னு சொன்ன உடனே எனக்கு ஷாக் அடிச்ச மாதிரி இருந்தது. சரின்னு வந்து இவனுக்கு இதெல்லாம் புரியுமா? அல்லது நான் புரிஞ்சுதான் இதெல்லாம் வச்சுருக்கேனா? அப்படிங்கிறதால திரும்பவும் இதெல்லாம் அப்புறம் பார்த்துக்கலாமுன்னு மூடி வெச்சுட்டேன்.

அதுக்கப்புறம் இப்படி டெய்லி நடக்க ஆரம்பிச்சோம். டெய்லி 2 கி.மீ, 3 கி.மீ நடப்போம். எங்க வீட்டச் சுத்தியிருந்த ஊரை சுத்திச் சுத்தி வருவோம். கோயிலுக்குப் போவோம். இப்படி ஆரம்பிச்சது தான் அந்தப் பயணம். பயணம் அப்படின்னா, ஏதோ ஒரு தீர்த்த யாத்திரைக்குப் போறதோ, கர்மத்தைத் தொலைக்கக் காசிக்கு போறதோ, அப்படின்னு எல்லாரும் இப்பப் புரிஞ்சிகிட்டு இருக்கற முட்டாள்தனமான பயணம் இல்ல. இது ஒரு தேடல். இது ஒரு மறுமீட்டெடுப்பு.

மறு மீட்டெடுப்பு என்கிறது தப்பான வார்த்தை. மீட்டெடுப்பு. எதையெல்லாம் மீட்டெடுக்கணும்? எதைப் பத்தியெல்லாம் தேடணும்? இந்தியாவில் இருந்த செழுமையான செவ்வியல் கலைகளைத் தேடிய பயணமாதான் இன்னைக்கு வரைக்கும் கிட்டதட்ட 20 வருஷம் ஓடிப் போயிருச்சு. இருந்தாலும் அதே சமோசா கடையத் தேடி போறோம். அதே மாதிரி காப்பியத் தேடி போறோம். அதே மாதிரி பல விஷயங்களைத் தேடி போறோம். செவ்வியல் கலைகளை நோக்கிய பயணம் இன்னைக்கு வரைக்கும் தொடர்ந்துக் கிட்டுதான் இருக்கு.

அதுல பார்த்தீங்கன்னா மாசத்துக்கு மூணு நாலு தடவ ஏதாவது கோயிலுக்குப் போயிட்டு வர்றது, லைப்ரரியில போயி புத்தகங்களைப்

படிக்கிறது, ஏதாவது கண்காட்சிகளுக்குப் போய்ப் பார்க்கிறது, எழுத்தாளர்களைச் சந்திக்கிறது, வெவ்வேறு தூர தேசங்களுக்கு பயணம் போறது, அர்த்தமே இல்லாம கதைக்கிறது இப்படியே தான் தொடர்ந்துக்கிட்டு இருக்கு. ஆனா உங்களுக்குச் சொல்லக்கூடிய எங்களுடைய பயணங்களைப் பத்தி நிறைய சொல்ல வேண்டியிருக்கு. அதுல ஒண்ணே ஒண்ணு சொல்றேன்.

தஞ்சாவூர்னு ஒரு ஊரை பத்தி உங்களுக்கு எல்லாருக்கும் தெரியும். தஞ்சாவூர்னு ஒரு ஊரை பத்தி உங்களிடம் சொன்னா உடனே பெரிய கோயில்தான் ஞாபகம் வரும். அப்புறம் ராஜராஜசோழன், அப்புறம் குடவாயில் பாலசுப்பரமணியன். ஏன்னா 80-களில் நான் அங்க வேலை பார்க்கும்போது இன்ஜினியர்களின் முட்டாள்த்தனத்தால சுவரோவியங்கள் மேல் டிஸ்டம்பர் அடிச்சு ஒப்பேத்த நினைத்தபோது, நாங்கள் எல்லாம் சட்டையக் கழட்டிட்டு ரோட்டுல இறங்கிப் போராடினோம். அந்த குணம் இன்னைக்கு இருக்கிற இளைஞர்களுக்கும் வேணும்.

6 இன்ஜினியரிங் காலேஜிலிருந்து 60 முட்டாள்களை உருவாக்கி 30 வருஷத்துல தமிழ்நாட்டை அழிச்சிட்டாங்க. இன்னைக்கு 530 இன்ஜினியரிங் காலேஜ், 1.70 ஆயிரம் இன்ஜினியர்கள். இப்படியான ஒரு காலத்துல நாட்டைக் காக்கிறதுக்கு யார் சொல்லிக் கொடுக்கப் போறாங்க, என்ன சொல்லிக் கொடுக்கப் போறாங்க அப்படிங்கிற கவலைதான் என்கிட்ட இருக்கு.

சுவரோவியங்களை அழிக்கக் கூடாது, மீட்டெடுக்கணும் அப்படிங்கிற உணர்வு என்பதுகளில் எங்கள மாதிரி பத்து பேர்கிட்ட இருந்தது.

இன்னைக்குப் பல்லாயிரக்கணக்கானவங்ககிட்ட பரவியிருக்கணும். ஆனா அந்த 10 பேருமே காணாமப் போயிட்டோம். அப்படின்னா இந்த நாடு எதை நோக்கிப் போயிக்கிட்டு இருக்கு. இளைஞர்கள் எதை நோக்கிப் போயிக்கிட்டு இருக்காங்க, அப்படிங்கற கவலை என்கிட்ட இருக்கு. அதுதான் உங்கள நோக்கி நான் வருகிற இக்கட்டுரைப் பயணம். அது ஒரு 5 பேரையாவது ஒண்ணு சேர்க்காதா? 50 பேரையாவது உருவாக்காதா? ஊருக்கு 2 பேராவது கலைகளைக் காக்க முன்வர மாட்டீங்களா? என்ற ஏக்கத்தோடுதான் எழுதுகிறேன்.

சுவரோவியம் என்பது, 1500 ஆண்டுகளா நமக்கு கிடைச்ச ஆதாரங்கள் வழியா பார்த்தா பனைமலை, சித்தன்ன வாசல், தஞ்சாவூர் பெரிய கோயில், காஞ்சிபுரம், மதுரை மீனாட்சியம்மன் கோயில் போன்ற இடங்கள்ல கிடைச்சிருக்கு. அது பிரஸ்கோ டெக்னிக்ல பண்ணப்பட்டிருக்கு. இந்த டெக்னிக் பத்தி நான் பின்னாடி விரிவாகப் பேசறேன். அதுல டூ டைமன்சன் வடிவங்களை மக்கள் முன்னாடி காண்பிக்கிறதுக்கு என்னென்ன காட்சிகள் இருக்குன்னு பார்த்தா, சமண சமயத்தைச் சார்ந்த பல காட்சிகளை, பனைமலையில் பார்க்கலாம், யானைகளைப் பார்க்கலாம், அன்னப் பறவைகளைப் பார்க்கலாம், தாமரைப்பூ தடாகங்களைப் பார்க்கலாம், யவனர்களைப் பார்க்கலாம். ஆண்களைப் பார்க்கலாம். பெண்களைப் பார்க்கலாம், இப்படி காட்சி பிம்பங்களுக்குப் பின்னாடி இருக்கக்கூடிய கௌதம புத்தரின் கதைகளை, நாம தெரிஞ்சுக்கணும். இதையெல்லாம் தாண்டி சமகாலங்களில் படைக்கக்கூடிய படைப்புகள் அதாவது 1500 ஆண்டுகளுக்கு முன்னாடி வாழ்ந்த மக்களின் சம காலத்தைப் பிரதிபலிக்கக்கூடிய காட்சிகளாக மட்டும்தான் என் கண்களுக்குத் தெரிஞ்சது. இப்படியே அண்ணைக்கு இருந்த ஆடை அணிகலன், அவர்களுடைய நடை உடை பாவனை, பாடி லாங்குவேஜ் போன்ற இத்தியாதி. இத்தியாதி பத்தி தெரிஞ்சுக்கிறதுக்கு மிக முக்கியமான தடயமாகத்தான் என் கண்ணுல பட்டது.

அதத்தாண்டி அதனுடைய ரசனை. அதனை ஏற்படுத்துனவங்க மக்களோட என்ன பகிர்ந்துக்க விரும்பினாங்க? அது எப்படி மகிழ்ச்சியை உண்டாக்கியது? அந்த சைலன்ஸ் எவ்வளவு பெரிய ஆனந்தத்தைக் கொடுத்தது என்பதை நீங்களும் ஒரு முறை போயி பார்த்துட்டு வாங்க.

தயவுசெய்து அவற்றின்மீது கோடு போடாதீங்க. எக்சாம் நம்பர் எழுதிடாதீங்க, காதலியின் பெயரை எழுதிடாதீங்க, பார்த்துட்டு மட்டும் வாங்க. தொட்டுப் பார்க்காதீங்க, தட்டிப் பார்க்காதீங்க... ஒரு சுவரோவியங்களிலிருந்து பல விஷயங்களைத் தெரிஞ்சுக்கிறோம், அதப் பாதுகாக்கணும் என்கிற அறிவையும் அக்கறையையும் மனதில் இருத்தி வச்சுகிட்டா ரொம்ப நல்லது.

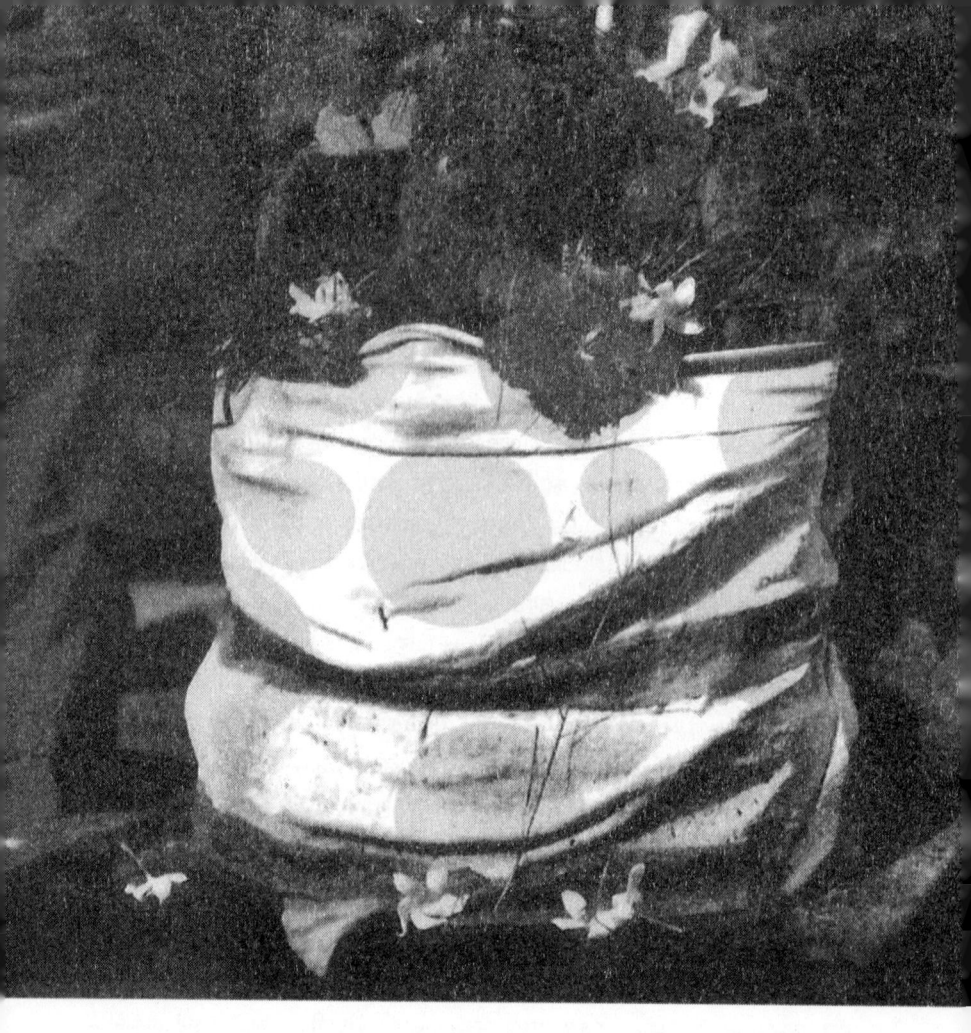

ஃபோட்டோஸ் ஆஃப் காட்ஸ்
சைஸ் - 40 x 40
பிரிண்ட் ஆன் ஆர்க்கேவல் பேப்பர்
2005 - 2012

ரசனை

சுவரோவியங்கள் எப்படியெல்லாம் பண்ணிருக்காங்க என்னென்ன விஷயங்களைப் பண்ணிருக்காங்க, வண்ண கலவைகள், சேர்ப்புகள் எப்படியெல்லாம் இருக்கு, கோடுகளை எப்படி கையாண்டு இருக்காங்க, அதுல வடிவங்கள் எப்படி வடிவமைக்கப்பட்டிருக்கு அப்படிங்கிறது ஒரு மிக பெரிய ஆச்சரியத்தைக் கொடுக்கிறது. ஒரு பயணம் என்று சாதாரணமா ஆரம்பிச்சிட்டேன். ஒரு சுவரோவியத்தைப் பத்தி பேசணும் அப்படின்னா தூங்காமப் பேசணும். பேசிக்கிட்டே இருக்கலாம்.

சமீபத்துல ஒரு விசயம் கேள்விப்பட்டேன்.

அது திருக்குருங்குடி பத்தின ஒரு விசயம். பேராசிரியர் இராமானுஜம் 13 வருசமா திருக்குருங்குடியில நடக்கற ஒரு நாடகத்தைப் பத்தி சொல்லிக்கிட்டு இருந்தாரு.

பேராசிரியர் இராமானுஜம் பக்தர்களோட சேர்ந்து பெருமாளை சேவிக்கலாம்னு போனாரு. அங்க கைசிக மண்டபத்தைப் பார்த்தாரு. அது என்ன கைசிக மண்டபம்ன்னு ஒரு கேள்வி எழுந்தது. கிட்டத்தட்ட ஆயிரம் வருசம் முன்னாடி தாசிகள் எல்லாம் சேர்ந்து நடிச்ச கைசிக புராணம் நடந்த இடம்னு அவருக்குத் தெரியவருது. கடைசியா இருந்த இரண்டு தாசிகள்

இறந்து போனதால் 30 வருசமா நாடகம் நின்று போனது அவருக்குத் தெரியவந்தது.

அதற்குப் பிறகு 1000 ஆண்டுகளுக்கு முன்பிருந்த அதே வடிவத்துல ஒரு நாடகத்தை வடிவமைச்சு நடத்துணுங்கிற முனைப்புல ஈடுபட்டாரு. மிகப் பெரிய சவாலான ஒரு விசயம். ஸ்கிரிப்ட் கிடையாது. அவங்க என்ன டிரஸ் பண்ணியிருந்தாங்க அப்படின்னு யாருக்கும் தெரியாது.

எந்த விதமான மொழிகளில் பேசினாங்கன்னு தெரியாது. இருந்தாலும் ராமானுஜம், தேடிப் போயி திருவனந்தபுரம் மகாராஜா அரண்மனை லைப்ரரியிலும், இன்னொன்று வேறு ஒரு கோயில் லைப்ரரியிலும், மற்றொன்று திருவாவடுதுறை மடத்திலும் ஒப்பிட்டுப் பார்த்து கைசிகம் என்பது பைரவி ராகம் என்கிற இந்த விஷயம் பெருமாளுக்கு அர்ப்பணிக்கிறது. அந்த மண்டபத்தின் அளவு கேரளாவில் இருக்கக்கூடிய பல மண்டபங்களிலிருந்து ஒப்பிட்டுப் பார்த்து தஞ்சாவூர் அரண்மனையில் வாழ்ந்த கடைசி தாசியையும் நட்டுவனாரையும் அவருடைய வித்துவானையும் சேர்த்து, 1000 ஆண்டுகளுக்கு முன்பு நடந்த நாடகத்தை 13 வருசமா நடத்திக்கிட்டு வாராரு. அப்ப மீட்டெடுக்கணும் என்கிற வார்த்தை எல்லா விதத்திலும் எல்லாத்தையும் மீட்டெடுக்க முடியும்.

அதுக்குத் தேவை நமது கலையையும் கலாச்சாரத்தையும், நம்ம நாட்டையும் நேசிக்கணும், பண்பாட்டை மதிக்கணும், கலை கலாச்சாரத்தை ரசனையுடன் பார்க்கணும்கிறது. இதுக்கு எல்லாம் அடிப்படை ரசனை என்றால், அதன் மூலமாகக் கிடைக்கிற ஆனந்தத்துக்கு அளவே இல்லை.

ரசனையுடன் பார்க்கணும், ரசனைன்னா என்ன?

அப்படின்னு சீனிவாசனைப் பார்த்து கேட்கணும்னு தோணுச்சு. திரும்பிப் பார்த்தா அவன் இல்ல. வழக்கம்போல குவாலியருக்கோ, எங்கேயோ ஓடி போயிட்டான். திடீர்னு எனக்கு போன் பண்ணான். 'பாஸ், உங்க வீட்டுல இருந்து ஒரு புக்க சுட்டுட்டுப் போயிட்டேன். ஜெயமோகனோட ஏழாவது உலகம். இரவு முழுவதும் கண்விழித்துப் படித்து முடித்தபின் குவாலியரில் இருந்து ஜெயமோகனுடன் உரையாடிய பின்பு உங்களிடம் பேசுகிறேன்'. உள்வாங்குவதும் வெளிப்படுத்துவதும்

கலையின் அடிப்படை என்ற போதிலும், உணர்வும் உயிரோட்டமும் நிறைந்த ஒரு நாவல் இது.

நாவல் ஆசிரியர் கதைக்களம் தேர்வு செய்த பின்பு ஒன்றிரண்டு ஆண்டுகள் அவர்களோடு வாழ்ந்து செய்த பதிவு ஏழாவது உலகம். ரசனை மேம்பட்டதாக இருந்தபோதிலும் சிந்தனையும், கோட்பாடும் வட்டாரம் சார்ந்ததாக இருந்தாலும், "ஏழாவது உலகம்" உலகில் ஒரு பொதுக் குறியீட்டில் அடங்குவதைத் தவிர்க்க முடியாது. ரசனை, பலூன்களை வேடிக்கை பார்ப்பது, நிறங்களால் கவரப்படுவது, புற அழகியலால் ஈர்க்கப்படுவது மட்டுமல்ல, அகம் சார்ந்த அழகுணர்வின் உள்வாங்கலும் வெளிப்பாடும் ஆகும்.

"குட்டி யானைகளும், மண்ணெண்ணெய் வண்டியும்"

தமிழ்நாட்டில் விழாக்கள் கொண்டாடுவதும், கொண்டாடப் படுவதும் இயல்பானதே. இயற்கையாகவே வாழ்வியல் முறையின் ஒரு அங்கம், ஒரு நாள் சீனிவாசன் தன் வசிப்பிடமான தேர் தெற்கு வீதியின் வீட்டில் இருந்து கிழக்கு நோக்கி காலார நடந்து போனபோது, அன்று ஆயுதபூஜை என்றுணர்ந்தான். தேர் வீதிகளில் தங்களுடைய வாகனங்களை ஊர்வலமாக எடுத்துச் செல்வதும், சப்தம் எழுப்பி கோஷமிட்டு அலங்கார ஆர்ப்பாட்டமுமாக வீதி, விழாக்கோலம் பூண்டிருந்தது.

இருபத்து ஐந்து ஆண்டுகள் பின்நோக்கி அவன் நினைவுகள் பயணப்பட்டன. மூன்று சக்கர சைக்கிள் பின்பக்கம் ஒரு பெரிய டிரம் வைத்து, ஒரு பைப்பும் பொருத்தப்பட்ட வண்டி. அதில் மண்ணெண்ணெய் சுமந்து கொண்டு ஊர்ஊராக விற்றுவிட்டு இரவில் வீடு திரும்பும் வழக்கம், வழக்கில் இருந்தது. வண்டின்னா இதுதான்யா வண்டி, பென்சாவது ப்ளைமவுத்தாவது, முன்னாடி ரெண்டு கண்ணாடி, ரோலிங்பெல், ஸ்போர்க்ல கலர்கலரா மணி, வீலோட கொடத்துல பூவு, ஹாண்பார்ல பெல், ஒண்ணு டிங் டிங், ஒண்ணு கிரிங் கிரிங், பத்தாதுன்னு ரெண்டு பலூன் ஹாரன் வேற. டைனமோ, ரெண்டு, டூமு பச்சைல நாலு, செகப்புல நாலு, சின்ன லைட்டு, நடுவுல கம்பியில்லாத ஏரோப்ளேன் சீட்டு, டிரம்ல அடிச்சிருக்கிற ப்ளோரசன்ட் கலர், வேற என்ன வேணும்? பொண்ணுல இருந்து பொம்மனாட்டி வரைக்கும் வாயப் பொளந்து ஆன்னு பார்க்கறதுக்கு நல்ல

கர்லாக்கட்ட ஒடம்பு, எம்.ஜி.ஆர். பனியன், பட்டனே போடாத சட்ட, நீல பச்சை கட்டம் போட்ட நூத்துக்கு நூறு சங்கு மார்க்கு கைலி, கழுத்திலயும் கையிலயும் ரோல்டு கோல்டு செயினு, தெரு முனையில வண்டி நுழஞ்சு, ரோலிங் பெல் அடிக்கிற சத்தம் கேட்டா, நண்டு சிண்டுல இருந்து நேத்திக்கு வயசுக்கு வந்த பொண்ணுங்க கூட ஓடியாந்து பார்க்கற மண்ணெண்ணெய் வண்டியும், ஆளும் உள்வாங்கி வெளிப்படுத்திய ரசனையின் நினைவலைகள்

நடந்து போய்க் கொண்டிருந்தபோது நாசி உணர்ந்த டீசல் புகை, ஆபத்து காத்த பிள்ளையார் கோயில் வாசல் முழுவதும் குட்டி யானைகளால் நிரம்பி இருந்தது. சமீபத்திய டாட்டா கம்பெனியின் வெளியீடான ACE வண்டிதான் குட்டியானைன்னு விளம்பரப்படுத்தப்பட்டது. குட்டியானைகளை ஓட்டி வந்த ஓட்டுநர்கள் அழகாகச் சலவை செய்து மடிப்பு கலையாத சீருடையில் காட்சி தந்தார்கள்.

அனைவருமே ஒரு குழுவின் ஒழுங்கின் அடையாளமாக வாகனங்களை நிறுத்தி இருந்தார்கள். அவர்கள் பேசிக்கொண்டு இருந்ததில் இருந்து எல்லாருமே வருமான வரி கட்டுபவர்கள் என்றும் பேன்கார்டும் லைசன்சும் வைத்திருக்கிறார்கள் என்றும் தங்களுடைய சர்வீஸ் சார்ஜை முறையாக வசூலித்து வாழ்க்கை நடத்துபவர்கள் என்றும் தெரியவந்தது.

ஈச்சங்கொலையும், மாங்கொலையும், இளநீர், பச்சை மற்றும் சிவப்பு தென்னங்கொலையும், பனங்கொலையும் கட்டி, குருத்தோலை மாவிலைத் தோரணம் கட்டி, சாணி மெழுகிக் கோலமிட்டு, நாதஸ்வரம், தவில் வைத்து கொண்டாடிய வட்டார விழாக்கள் இன்று காகிதப் பூ அலங்காரம், சினிமா செட்டிங், லைட் மியுசிக் என்று மாறி மறுவிப் போய்விட்ட இந்தக் காலத்தில் மண்ணெண்ணெய் வண்டியும், குட்டியானைகளாக மாறிப்போனது ஆச்சரியப்படாமல் ஆதங்கப்பட்டது சீனிவாசனின் ரசனை.

மண்ணெண்ணெய் வண்டிகளின் காலத்தில் கிராம நகரப் பொருளாதாரம், கலையையும், பண்பாட்டையும், கலாச்சாரத்தையும் காப்பாற்றி போஷித்து வளர்க்க முற்பட்டபோது குட்டியானைகளின் காலத்தில் அழிவை நோக்கிப் போவது ஏன்?

காணாமல் போன மாதா உண்டியல்

பலூன் தன் தத்துவத்தை இழந்துவிட்டது. தன் வடிவத்தை மாற்றிக் கொண்டது. ஆனாலும் அது பலூன்தான்.

ஐப்பசி மாசம் பவுர்ணமி அன்னைக்கு திருச்சில இருந்து ஜெயங்கொண்டம் வழியா கங்கை கொண்ட சோழபுரம் போயிட்டிருந்தேன். பெரிய நிலா அழகா இருந்தது. ரோட்டு ஓரத்துல கோயில். கோயிலச் சுத்தி நிறைய ஜனங்க, பலூன்காரன், பொம்மை விக்கறவன், பழக்காரி, ராட்டினம், வளையல் கடை, சாமாஞ்செட்டு விக்கறவன், மை டப்பா, சோப்பு, சீப்பு, கண்ணாடி சொப்பு, இத்தியாதி, இத்தியாதி, எல்லாம் இருந்துச்சு. கோயிலுக்கு உள்ள போனா டிக்கட்டு வாங்கிட்டுதான் போவ முடிஞ்சது. க்யூல நின்னு சாமி பாத்துட்டு வெளில வந்தேன். அன்னைக்கு அன்னாபிஷேகம்.

இதை சீனிவாசன் என்னுடன் பகிர்ந்து கொண்டபோது மேலும் அவனுடன் உரையாடியதிலிருந்து, 'என்ன பாஸ் ஆப்பிள் பலூனக் காணாம், சுரைக்காய் பலூனைக் காணாம், நாய் கடுகு போட்ட பலூனையும் காணாம், தண்ணி பந்து இல்ல. வாட்ச்சு கட்டி உடுற முட்டாய் இல்ல.' என்னத்த பலூன் விக்கிறானுவ, வரிகுதிரை, சிங்கம் புலி மாதிரி மிஷன்ல பிரஸ் பண்ணி பலூன்னு விக்கிறான் பாஸ். வாயால ஊதி

கட்டவிரல வச்சி அமிக்கி வெடிக்காம ஆப்பிள் பலூன் செய்யிற அழக இப்பல்லாம் பாக்கமுடியல்ல 'ன்னான்.

இவ்வளவு கூட்டமும் ராஜேந்திரன் கட்டிய அந்தக் கோவிலின் தத்துவத்தைப் புரிந்துகொண்டுதான் கூடி இருக்கிறதா? இந்தக் கோவிலின் தன்மையை உணர்ந்து கொண்டு போகிறார்களா? உடைத்த தேங்காயின் கீறிய பத்தை சட்டினிக்கும் ஆகலாம். சர்க்கரை போட்டும் சாப்பிடலாம். உடைபடாத தேங்காய்க்கோ, எண்ணெய் ஆகும் பாக்கியம் உண்டு. எதைப் புரிந்து கொண்டார்கள்? என்ன பயன் அடைந்தார்கள்? கோயில் அவர்களுக்கு என்னவாக இருந்தது? அவர்கள் கோவிலுக்கு என்னவாக இருந்தார்கள்?

செருப்பைக் கழற்றிவிட்டு உள்ளே போனதும் வரிசையில் நின்று சுவாமியைப் பார்த்து கன்னத்தில் போட்டுக் கும்பிட்டு திருநீறு பூசி வெளியேறும் கூட்டத்துக்கு, அர்த்த மண்டபம், மகா மண்டபம் கொடிமரம், பலிபீடம், விமானம், மூலஸ்தானம், பிரகாரம் பற்றிய அறிவும், தெளிவும் யார் தருவார்கள்? சடங்கும் சம்பிரதாயமும் ஆக்கிரமித்துக் கொண்டு இருப்பதைப் போல உண்மையும் தெளிவும் சென்றடைவது எப்போது?

ஒரு கட்டிடம் ராஜேந்திரன் காலத்தில் ஊர் அமைப்பின் பிரதானம். கோயில் அன்றைய மக்கள் தொகைக் கணக்கீட்டின் அடிப்படையில் வடிவமும் பரப்பும் கொண்டது. சமுதாயத்திற்கான கல்வி, நீதிபரிபாலனம், பொருளாதாரம், கலை, அரசியல் போன்றவை நிகழ்ந்த இடம் கோயில் என்ற எண்ணத்தைத்தான் பலூனும், தேங்காயும், சீனிவாசனின் ஆதங்கமும் கொட்டித் தீர்க்கிறது.

தேங்காய் ஆயிரம் ஆண்டுகளில் தன்னை மாற்றிக் கொள்ளவில்லை? அதன் பயன்பாடுகளை நாம் மாற்றி இருக்கிறோம். மேம்பட்ட தொழில் நுட்பத்தில் அதன் பயன்பாடு மேம்பட்டு இருக்கிறது. இது இயற்கை. பலூன் போன்ற செயற்கைப் பொருள்களும் மாறிக்கொண்டே வந்து இருக்கின்றன.

ஒரு வீட்டின் இரண்டு குழந்தைகள் பலூன் வாங்கிக்கொண்டு வீட்டிற்குப் போனபோது ஒரு குழந்தை தனக்கு அளிக்கப்பட்ட பலூனைக் கிடைத்தற்கரிய பொருளாக நினைத்து தன் அலமாரியில் வைத்துப்

பூட்டிக்கொண்டது. மற்றொரு குழந்தை ஆசை தீர ரசித்து விளையாடி மகிழ்ந்து, உறங்கப் போகுமுன் பலூன் வெடித்ததனால் அழுது சாப்பிடாமல் தூங்கிப்போனது.

பலூனின் பயன்பாடு விளையாடி கழிப்பது, பூட்டிய கதவைத் திறந்து பார்த்த குழந்தைக்கோ முகம் சுருங்கிப் போனது பலூனைப் போல. விளையாடிக் கழித்த குழந்தைக்கு சந்தோஷமும் துக்கமும் அனுபவங்களாகக் கிடைத்தன. பாதுகாக்க நினைத்த குழந்தைக்கோ?

அங்கோர்வாட்டும்,பாபிலோனிய புத்தரும், கங்கைகொண்ட சோழபுரமும் வாழ்க்கையின் ஓட்டத்தில் மக்களுக்காக நிற்பவையே தவிர வேறொன்றுமில்லை. ஆனந்தமே அளவிட முடியாத வாழ்வியலின் தத்துவமும் தாத்பரியமும் ஆகும்.

சீனிவாசன் எப்பொழுதுமே சேமிக்கும் பழக்கம் இல்லாதவன், பணத்தைப் பற்றி அதிகம் அலட்டிக் கொள்ளாதவன். நான் அவனுக்கு நேர்மார். எப்பொழுது பார்த்தாலும் படம் வரைய ஆயத்தமாகும் போதெல்லாம், பணத்திற்காக அலைந்து அலைந்தே ஆசுவாசப்பட்டுப் போவேன். ஊடகப் பொருள்கள் வாங்குவதும், அதைச் சேமித்து வைப்பதும் என் வழக்கம்.

வேளாங்கண்ணியில் சீனிவாசனுக்கு மூன்று வயது இருந்தபோது அவனுடைய அத்தை, அவனுடைய அம்மாவின் அம்மா ஆகக்கூடி பாட்டி, செண்பகம் அண்ணி வாங்கித் தந்த மாதா உண்டியல் வெறும் காட்சிப் பொருளாக என் முன் சீனிவாசன் காட்டியபோது, ‘இதுல காசு சேர்த்து வைச்சிருந்தா இன்னிக்கு நீ கேன்வாசுக்கு காசு இல்லாம பேப்பர்ல படம் வரையிற நெலம வந்திருக்காது இல்ல. VTI ல இருந்து வந்த செக்கையாவது மாத்தி பொருள் வாங்கிட்டு, வந்து, அடுத்த படத்தைக் கொண்டு போயி குடுக்கிற வழியப் பாரு என்று நான் வழக்கம் போல் எட்டரை மணி ஆகியும் கிளம்பாத அவனை அதட்டிக் கிளப்பினேன். ‘பாஸ்! சும்மா நை.. நை.. நைனு படுத்தாதீங்க பாஸ்,’ அப்படின்னு சொல்லிட்டு அஞ்சு நிமிஷத்துல கிளம்பி, சி.டி.100 எஸ்.எஸ்.ல கூப்பிட்டுகிட்டு ஸ்டான்லியை நோக்கிப் பயணப்பட்டோம்.

எப்பவும் காசு இருந்தாத் தான் பெயிண்ட், பெயிண்ட் இருந்தாத் தான் படம் வரையலாம். படம் வரைஞ்சா ஷோ வைக்கலாம். ஷோ வைச்சா வித்து காசு வரும். திரும்பவும் படம் வரையலாம். இதெல்லாம் சந்த கிரவுண்டுல கூடை முடையறாங்க பாருங்க. அவங்க செய்யுற வேல, நீங்க வேணா செய்யலாம். கலைங்கிறது கூடை முடையறது இல்ல. வாழ்க்கை அனுபவம் வெளிப்பாடு. உங்களுக்கு வரையத் தெரியாமப் படிக்கப் போனதுனால கத்துக்கணும், கத்துக்கிட்டத காமிக்கணும் அப்படின்னு இருக்கு.

வாழ்க்கையை கத்துக்கவும் முடியாது. காமிக்கவும் முடியாது. கலையும் அப்படித்தான். இதெல்லாம் போய் உங்ககிட்ட சொல்றேன் பாருங்க, என்ன சொல்லணும் என்று நிறுத்தினான்.

போஸ்ட் ஆபீஸில் சேமிப்பு அட்டை வாங்கி சஞ்சைக்கா ஐந்து, பத்து பைசா சேமிப்பு ஸ்டாம்ப் வாங்கி அட்டை முழுவதும் ஒட்டி முடிஞ்ச பின்பு,போஸ்ட் மாஸ்டர் ஒரு கணக்கைத் துவக்கித் தந்ததில் இருந்து சீனிவாசனுக்கு சேமிக்கும் பழக்கம் துவங்கி இருந்தது. இன்று வரை அவன் பணத்தை மட்டும் சேமிக்கவில்லை. என் போன்ற மனிதர்களையும் தான். அதனால் அவனுக்குக் கிடைத்த ஞானம் கட்டுரை எழுதும் இந்தத் தருணத்தில்கூட பலருக்கும் கிடைக்கவில்லை.

வத்தியார், சீனிவாசனிடம் வாட்டர் கலர் கேட்டபோது ஒழுங்காக அதன் டிரான்ஸ்பரன்சி மாறாமல் ஒன்றைச் செய்து காட்டிவிட்டுச் சொன்னான். பத்து கேட்டா, பத்து பேர்ட்ட வாங்கி தர்றேன். என்கிட்டயே பத்து கேட்டா பத்துநாள் ஆகலாம். பத்து வருஷமும் ஆகலாம். முட்டாள் தனத்த முதலீடா வைச்சி நான் வரல. ஏன்னா ஒரு கிரியேட்டரா கிராஃப்ட் என்னால் பண்ண முடியாது.

கிராஃப்டுனா என்ன? ஆர்ட்டுனா என்ன? ஆர்ட்ல இருக்கிற கிராப்ட்மென்ஷிப்புக்கும், கிராப்ட்ல இருக்கிற ஆர்டிஸ்டிக் டச்சுக்கும் விபரம் புரியாம கேசவன் படத்த (குருவாயூர் யானை) வரைஞ்சு விக்கிறதும், ஆர்ட் தான்னு தவறாப் புரிந்து கொண்டு இருக்கிற என் போன்றவர்கள் மத்தியில, சீனிவாசன் அவுட்சைடு த மெயின் ஸ்டிரீம் தான்.

மெய்ன் ஸ்டிரீமை மாத்தி அமைக்கிறது தான் கலைஞனோட வேல. பலபேர் அதுக்கான முயற்சில தான் இன்னைக்கும் முனைப்போட ஈடுபட்டுட்டு இருக்காங்க. மாணவப் பருவத்துக்கு அப்புறம் ஒன்றரை கோடி பேர் வாழற சமுதாயத்துல 150 பேர் மாற்றத்தைக் கொண்டு வரணும்னா அது ஒரு கடினமான பணி. இதெல்லாம் அவனும் நானும் பேசிக்கலாமே தவிர நடைமுறைக்கு வருமா?

சீனிவாசன் சொன்னான், ‘சமுதாயத்துல மூணு விஷயங்களை வலுப்படுத்த வேண்டி இருக்கு. ஒண்ணு செவ்வியல் கலைகளை மீட்டெடுக்கிறது, பாதுகாக்குறது. சமகாலக் கலையை வளக்கிறது. பிரச்சாரம் பண்றது. கலை பத்தின புரிதலை, நம்பிக்கையை மக்கள் மத்தியில் விதைக்கிறது. நாகரீகத்தைச் செழுமைப் படுத்துறது. இதை ஒரு கலை வெளிப்பாடா இருக்கிற கட்டிடம் செய்ய முடியும்னா, கலைஞனா இருக்கிற நம்மால செய்ய முடியாதா? வாழ்வியல் தான் கலை. கலை தான் வாழ்வியல்’

பொருளாதாரம் எப்பொழுதுமே கலை வெளிப்பாடுகளுக்குத் தடையாக இருந்ததில்லை. மனநிலைதான் தடையாக இருக்கிறது. சிந்தனையும் சிந்தனை சார்ந்த கலை வெளிப்பாடும் பொருளாதாரத் தடையினால் தடைப்பட்டதில்லை. மக்களையும் சமுதாயத்தையும் செழுமைப்படுத்துவது சிந்தனை சார்ந்த கலை வெளிப்பாடுகளே!

ஃபோட்டோஸ் ஆஃப் காட்ஸ்
சைஸ் - 40 x 40
பிரிண்ட் ஆன் ஆர்க்கேவல் பேப்பர்
2005 - 2012

பட்டினப்பிரவேசம்

“பல்லக்கில் ஏறி ராஜகுமாரி பவனி வந்தாளாம்
மல்லிகை முல்லை வாசம் எங்கும் வீசுமே”

இந்தப் பாடல் வரிகள் பழைய தமிழ் படத்தின் சி.டி.யை ஓட்டி பார்த்துக்கொண்டு இருந்தபோது வைஜெயந்திமாலா ஒரு பல்லக்கில் அமர்ந்து கொண்டு வருவது போன்ற காட்சியைப் பார்த்துவிட்டு ‘ஏய் சீனு!’ நீ வந்து இந்த மாதிரி பல்லக்கு எல்லாம் பார்த்து இருக்கியா? தஞ்சாவூர்ல பல்லக்கு எல்லாம் இப்பவும் இருக்கா? அப்படின்னு கேட்டேன். ‘அதை ஏன் பாஸ் கேக்கறீங்க! பெரிய அவமானமாப் போச்சு பாஸ்.. இந்தச் சின்னப் பசங்ககிட்ட, நாங்கல்லாம் அந்தக் காலத்துலன்னு ஆரம்பிச்சு, பட்டினப் பிரவேசத்தப்பத்தி சொல்லித் தொலச்சுட்டேன். உடனே அங்கு கூட்டிக்கிட்டு போ அப்படின்னு கேட்க ஆரம்பிச்சுட்டானுவோ. நா சொன்ன பட்டினப் பிரவேசம் என்பது ஒரு ஷோ கொட்டாயில் இருட்டிய பிறகு மணல் குமித்து வேடிக்கை பார்க்கும் இரண்டாம் ஆட்ட சினிமா அல்ல. அது ஒரு கொண்டாட்டம். அது ஒரு மரியாதை, அது பண்பாட்டின் அடையாளம். அது ஒரு கலாச்சாரத்தின் பிரதிபலிப்பு, பக்தி இயக்கத்தின் வெளிப்பாடு.

மாயவரத்துக்குப் பக்கத்துல ஒரு அஞ்சு ஆறு கிலோமீட்டர்ல, காவேரிக் கரையில, தருமபுரம்ன்னு ஒரு ஊர் இருக்கு. அங்க வருஷத்துக்கு ஒரு தடவ

இந்தத் திருவிழா நடக்கும். எப்படி இருக்கும் தெரியுமா? இருபத்து ஆறு கோயிலுக்குச் சொந்தக்காரரு. இருபத்து ஆறு ஆயிரம் வேலி நிலம் இருக்கு, இருபத்தாறு பத்து, இருநூற்று அறுபது ஊர் சொந்தம், அவ்வளோ மக்களும், அன்னைக்கு, அவரப் பார்க்க வருவாங்க. கையில கிடச்சத எல்லாம் கொண்டாந்து பாதகாணிக்கை செய்வாங்க. காலையிலே அவரக் குளிப்பாட்டி, கொலுவுல உக்கார வைச்சு, கனகாபிஷேகம் பண்ணுவாங்க.

கனகாபிஷேகம்னா பவுன் காசுல கொடம், கொடமா, அபிஷேகம் பண்றது. நூத்திஎட்டு காச கையில் புடிச்சு பாவனயா ஏத்தி எறக்குறது இல்ல. நூத்திஎட்டு குடம் பூரா பவுன்ல காசு வச்சு தலையில கொட்டி, கால்ல அள்றது. வைரத்தையும், வைடூரியத்தையும் சல்லடையில கொட்டி, தலைக்குமேல் புடிச்சு பன்னீர் ஊத்தி குளிப்பாட்டறது. அதுக்கு அப்புறம் சொக்கநாதர் பூஜ முடிஞ்சு மாடமாளிகையில கொலுவுல இருப்பார். அவர் சந்நிதானம்.

காவிரி ஆற்றின் கரையில் அமைந்திருக்கும் ஊர் தருமபுரம், தென்னந்தோப்பு, மாந்தோப்புகள், வயல் வெளிகள் சூழ நடுவில் திருக்கோயிலுடன் கூடிய மடம் அமைந்த நான்கு உள், வெளி வீதிகளால் சூழப்பட்ட இடம் தருமை ஆதீன மடலாயம். இந்த நான்கு வீதிகளிலும் ஆயிரக்கணக்கான மக்கள் இரண்டு மூன்று நாட்கள் குழுமி இருந்து இருபத்தி ஐந்துக்கும் மேற்பட்ட யானைகள் புடை சூழ, காளைகளும், குதிரைகளும் பவனிவர, வாண வேடிக்கைகளும், எக்காளம், கொம்பு, சங்கு, பறை, மேளம் முழங்க நான்கு வீதிகளிலும் நாதஸ்வரமும், தவிலும் ஒலிக்க, மதுரை சோமு, சீர்காழி கோவிந்தராஜன் போன்ற ஜாம்பவான்களின் பக்தி இசை கமழ, மயிலாட்டம், கரகாட்டம், நடனம், நாடகம், கூத்து என்று திமிலோகப்படும் பட்டினப்பிரவேசம்.

வீடுகள்தோறும் வாசல் தெளித்து, கோலமிட்டு, தோரணம் கட்டி, கும்பம் வைத்து, மரியாதை செலுத்தி, தேவாரம் பாடி, குங்கிலியம் போட்டு, நல்வாழ்த்து பெற, கூடி இருக்கும் கூட்டம். இரவு பத்து, பத்தரைக்கு எல்லாம் ஆரம்பமாகும் வீதி உலா. சுவாமி புறப்பாட்டிற்குச் சிறிதும் சளைக்காத பட்டினப் பிரவேசம், வில்வண்டி, தேர், வெள்ளிரதம், தங்கரதம், டாட்ச், ப்ளைமோத், இம்பாலா, போன்ற வகை வகையான வண்டிகளும்,

பழங்காலப் பல்லக்குகளும், பரிவார பதாகைகளும் தங்க, வெள்ளி பூண் போட்ட செங்கோல்களும் துடைத்து பளபளப்பாக வரிசை கட்டி நிற்கும் வெளிவீதி. சந்நிதானம் பல்லக்கில் ஏறி உள், வெளி வீதிகளில் ஒவ்வொரு வீடாக நின்று அவர்கள் தரும் மரியாதையை ஏற்றுக்கொண்டு மடத்திற்கு வந்து சேரும்போது தருமபுரத்தின் கிழக்கு வெளுத்து இருக்கும். பெட்ரோமாக்ஸ் விளக்கில் மண்ணெண்ணெய் தீர்ந்து இருக்கும்.

இப்படி எல்லாம் நா சொல்லி, இவுனுவளக் கூப்பிட்டுக்கிட்டு போன வருஷம் பட்டினப் பிரவேசத்திற்குப் போனேன். ஒரே இருட்டு, மருந்துக்குக் கூட எங்கேயும் லைட்டு இல்ல. எனக்குத் தெரிஞ்ச ரெண்டு மூணு பேருக்கிட்ட கேட்டேன். ஏங்க, இங்க எங்கயாச்சும் திருவிழா நடக்குதான்னு கேட்டேன். எல்லாரும் சொன்னாங்க, 'சாமி (சந்நிதானம்) முன்னமாதிரி இல்ல, உடம்பும் சரி இல்ல, பல்லாக்கு எல்லாமே ஒடஞ்சு போயி பலகாலம் ஆச்சு. அவரோட சொந்தகார பசங்க வேற, எல்லாத்தையும் வித்துபுட்டானுவோ. இப்ப இருக்கறது இந்தக் கோயில் ஒன்னுதான். அதை யாராச்சும் கேட்டாச் சொல்லுங்க தம்பி. நல்ல வெல வந்தாக் கொடுத்துருவோம்' என்று வந்து விழுந்த வார்த்தைகளின் எதார்த்தத்தைப் புரிந்துகொண்டு, 'இத விக்கலாம், அதுக்கு ஒரு CATALOG போடணும், கொஞ்சம் செலவாகும்' என்று சொல்லிவிட்டு, டியர் டாட் (Dear Dad) என்று எழுதியிருந்த என் வண்டியை எடுத்துக்கொண்டு 'உனக்கு நான் மரநா* காமிக்கிறேன். அது முட்டு குறும்பையைக் குடைஞ்சு தண்ணி குடுச்சுட்டு கீழ போட்டுட்டு ஓடும். இந்த நாடும் அப்படிதான் ஆகிப்போச்சு. இந்த மடத்துக்கு மரநா எவ்வளவோ தேவலாம்' என்று கிளம்பினோம்.

உண்மையிலேயே நானும் பிரிதிவியும் மரநா பார்த்துவிட்டுத்தான் வந்தோம்.

** மரநா என்பது பாலூட்டி வகையைச் சார்ந்தது. மரபொந்துகளிலும், வீட்டுக்கூரைகளிலும் வாழும், கீழத்தஞ்சையில் மிகப் பிரபலம்*

மரநாகூண்டும், மரணக்கிணறும்

எனக்கென்னவோ ஜனநாயகத்துல மனுசன, மனுசன் தூக்கறது தப்புன்னு தோணுது. ஒரே ஆளுக்குக் கீழ, குவிஞ்சி கிடக்கிற செல்வத்தை எல்லாருக்கும் பிரிச்சி கொடுக்கணும். ஏழையும் இருக்கக்கூடாது. பணக்காரனும் இருக்கக்கூடாது. அது என்னவோ சொல்வாங்களே சமதர்மம், சமுதாயம் அதெல்லாம் பத்தி நீ என்ன நினேக்கிறன்னு கேட்கணும்னு தான் தோணிச்சி. ஆனா நான் கேக்கல. திடீர்னு அவனே பேசினான். தாத்தா கவர்ன்மென்டுலதானே வேலை பார்த்தாங்க, அப்பல்லாம் எப்படி பாஸ் இருந்தது?

‘இப்ப மாதிரி இல்லடா. ரொம்ப நியாயமா இருக்கும். அப்ப எல்லாம் டி.வி.எஸ். பஸ் இருக்கும். டயத்துக்கு வரும். பஸ்ச பாத்துட்டு, கடிகாரத்துல டைம் வைக்கலாம். பஸ்லகூட ஸ்டேன்டிங் ஏத்த மாட்டாங்க. சாப்பாட்டுக்கு இல்லன்னா கூட கௌரவமா இருக்கும். ஏதாவது ஒன்னு சொன்னா உடனே நடக்கும்’ என்று சொன்னேன்.

சித்ரா பௌர்ணமி அன்னைக்கு எட்டுக்குடிக்கு நடந்து போனேன். ‘என்னடா நீ சம்மந்தா சம்மந்தமில்லாம ஏதேதோ பேசிட்டு இருக்க’

சரி நான் உங்க வழிக்கு வர்றேன் பாஸ். நான் ஒரு கதை சொல்றேன். சம்பந்தம் இருக்கா இல்லையான்னு நீங்க சொல்லுங்க. ஆனா, நாலு தடவ தனியா படிச்சாத்தான் என்கிட்ட நீங்க சொல்ல முடியும்.

‘காலை ஒரு அஞ்சே காலுக்கெல்லாம் வீடு அல்லோலகல்லோலப் பட்டது. எங்களுக்கெல்லாம் ஒரே கொண்டாட்டம். சின்ன பசங்கதானே. லீவுக்கு திருத்துறைப்பூண்டியிலிருந்து ஆனந்த் அண்ணன் பசங்க கூட வந்திருந்தாங்க. வீடு பூரா ஒரே கூட்டம். வீட்டுக்குப் பக்கத்துல கொட்டான்னு சொல்லப்பட்ட இன்னொரு பெரிய வீடு, எல்லாரும் சந்தோசமா ஓடிப்போயி அங்க இருந்த கிணத்தை எட்டிப் பார்த்தோம். மரநா எங்க வீட்டின் மிகப் பெரிய எதிரி. பதினைந்துக்கும் மேற்பட்ட உறுப்பினர்கள் கொண்ட மிகப்பெரிய கூட்டுக் குடும்பம். நாலு கட்டு வீடு பக்கத்தில பரணையோட சேர்ந்த கொட்டா. எங்க குடும்ப உறுப்பினர்களை எல்லாம் தாண்டி கூட்டம் கூட்டமா அந்த மச்சில வாழ்ந்து வந்தது தான் அந்த மரநா. பரணையிலிருந்து தொண்டிக் கொல்லையைத் தாண்டி மாட்டுக்கொட்டா வழியா கொல்லறைக்குள்ள நுழைஞ்சி எப்படியோ புதாறையில் உள்ள வெல்லம் அரிசி எல்லாத்தையும் தின்னுட்டு திரும்பி பரணைக்கே போயிடும்.

நவராத்திரி கொலு வக்கிற பொம்மையையெல்லாம் துணியில சுத்தி பெட்டியில வச்சி அந்தப் பரண்மேலதான் வச்சிருப்பாங்க. நாங்கெல்லாம் யாருக்கும் தெரியாம அந்தப் பரண் மேல ஏறி அந்த பொம்மைகளை எடுக்க மிகப்பெரிய எதிரி மரநாதான். இதை எப்படியாவது ஒழிக்கணும்னு நெனச்சாலும் எங்களால முடியாது. மரநாய்க்குப் பகல்ல கண்ணு தெரியாதுன்னு பரமசிவம் சொன்னதை நம்பி நானும் மேல ஏறி ஒரு பாமா ருக்மணி, கௌதம புத்தரையும் எப்படியோ திருடிக்கிட்டு வந்துட்டேன். மரநா போற வழியில போகாம, என் வழியில போனதாலா மரநா கண்ணிலிருந்து தப்பிச்சி, பரமசிவன் கண்ணுல மாட்டிக்கிட்டேன். எப்படியோ அழுது பொம்மையோட வீட்டுக்குள்ள, நுழைஞ்சா விழுந்த அடி இன்னைக்கும் வலிக்குது.

அவ்வளவு அழகான வடிவமும் வண்ணமும் கொண்ட கொலு பொம்மையைப் பார்த்தபிறகு சீனிவாசனின் ஆர்வம் கட்டுக்கடங்காமல்

போனது. பரமசிவத்திடம் சொல்லி இந்த மரநாயை நீங்க பிடிக்கிறீங்களா, இல்ல திரும்பவும் பொம்மையை நான் எடுக்கட்டுமா என்று கேட்ட பிறகுதான் வீட்டுப் பெண்கள் ஒன்று கூடி போட்ட சத்தத்தில் உருவானது தான் மரநாக் கூண்டு.

மரநா பிடிப்பது என்பது அத்தனை சாதாரணம் அல்ல. மூன்றடி நீளம் இரண்டடி உயரமும் கொண்ட இரும்புக் கூண்டுக்குள் தேங்காய், பழம், வெல்லம் வைத்து மரநாய் நடமாடும் இடத்தில் வைத்து விட்டால் மாட்டிக்கொள்ளும். அப்படித்தான் அன்றும் ஒரு மரநாய் கூண்டுக்குள் மாட்டிக்கொண்டது.

'கிணற்றுக்குள் வைக்கப்பட்ட கூண்டில் இருந்த மரநாயைப் பார்த்துதான் அவ்வளவு குதூகலம். நானும், பரமசிவமும், துரைசாமியும், முனியாண்டியும் கூண்டைத் தூக்கிக்கொண்டு கீழத்தெருவில் இருந்த அய்யனார் குளத்தில் கூண்டை முக்கி அந்த மரநா தண்ணி குடித்து இறந்து போன பிறகு தூக்கி போட்டுவிட்டு வீட்டுக்கு வந்துட்டோம்'

கொலு பொம்மைகள்ல போலீஸ் பொம்மை, துரையும், துரைசாணியும், பாமா ருக்மணி, கிருஷ்ணன், கிருஷ்ணண் ஊஞ்சல் ஆடுவது, ராமர் பட்டாபிசேகம், முருகன், விநாயகர், புலி, சிங்கம், யானை, மயில், புறா, அன்னம் ஆகியவற்றை விளையாடியபின் முதற்கட்டு வாசலில் போட்டுடைத்தோம். செழுமையான கலைகளை, இயற்கையான பாதுகாப்பை தண்ணீரில் முக்கிக் கொன்ற பிறகு அழித் தொழித்ததை மறந்து போய் எப்போதாவது ஆதங்கப்பட்டு அசைபோட்டு ஆசுவாசப்பட்டுக் கொள்கிறோம். 'ஏய் என்னதாண்டா சொல்ல வர்ற'

மரநாங்கற, பட்டினப்பிரவேசம்ங்கற, கொலு பொம்மைங்கற, ஆர்ட்டுக்கும் இதுக்கும் என்ன சம்பந்தம்னு கேட்டே விட்டேன். ஒரு ஊர்ல கோயில் இருக்கு, திருவிழா நடக்குது. அது நின்னு போச்சி. அப்படின்னா ஊர்ல இருக்கிற எல்லா வீட்டிலேயும் திருவிழா நடத்தற அக்கறை குறைஞ்சி போச்சி அப்படின்னுதானே அர்த்தம்.

வீட்டுக்குள் நடத்தற கொலு மாதிரி கலையும் கலாச்சாரமும் சார்ந்த விஷயம் எல்லாம் நின்னு போனதால வீட்டுல ஏற்படுகின்ற மாற்றம்

ஊர்லேயும் பிரதிபலிக்கும். ஊர்ல ஏற்படுகின்ற மாற்றம் தான் வீட்டுலேயும் பிரதிபலிக்கும்.

நீங்க பாட்டுக்கு வாழ்வியல்தான் கலைன்னுட்டீங்க. கலை மனசுலேயும் இல்ல, வீட்டுலேயும் இல்ல, ஊர்லேயும் இல்ல, இப்ப சென்னையில இருக்கிற டி.வி. ஸ்டுடியோக்கள்ல இருக்கிறதா நெனச்சி உண்மையைக் கொன்னுட்டு பொய் பின்னாடி ஓடிக்கிட்டிருக்கோம். இயல்பாகவும் இயற்கையாகவும் ஒவ்வொருவருடைய மனநிலையிலயும், வீட்லயும் ஊர்லயும் நாட்டுலயும் இருந்த கலையையும் கலாசாரத்தையும் கொன்னுட்டு துக்கமில்லாம சந்தோஷப்பட்டு பொய்யைக் கொல்றதுக்கு பதிலா, உண்மையைக் கொன்னுட்டோம்.

ஃபோட்டோஸ் ஆஃப் காட்ஸ்
சைஸ் - 40 x 40
பிரிண்ட் ஆன் ஆர்க்கேவல் பேப்பர்
2005 - 2012

சடங்குகளும், சம்பிரதாயங்களும்

'ஏம்பா, நீ பாட்டுக்குத் தனி மனிதனுடைய மனநிலை மாறிடிச்சி, ஊர் மாறிடிச்சி, வீடு மாறினதால ஊர் மாறிடிச்சி அப்படின்னு சொல்லிட்டு போயிட்ட. தனி மனிதனுடைய மனநிலை ஏம்பா மாறணும்' இப்படி ஒரு கேள்வியைக் கேட்டேன். ஒண்ணும் இல்ல. ஒரு சின்ன உதாரணத்தை நான் சொல்றேன். என்னுடைய மூணு நண்பர்கள்கிட்ட நான் பேசிக்கிட்டு இருந்தேன். அப்ப ஒரு விவாதம் பண்ணுனோம் மூணு பேருமே சேர்ந்து. 'ஏம்பா எப்பப் பார்த்தாலும் நண்பர்கள்கிட்ட தான் விவாதம் பண்ணுவியா. வேற யார்க்கிட்டேயும் விவாதமே பண்ணமாட்டியா நீ?' இல்ல பாஸ், நண்பர்கள்ன்னா அணுக்கமானவங்களா இருப்பாங்க. நாம கொஞ்சம் கூடக் கொறச்சி சொன்னாக்கூட திருத்துவாங்க.கொஞ்சம் அடிச்சிகூடத் திருத்துவாங்கன்னு வச்சிகோங்களேன், தைரியமா பேசுவாங்க.

'அப்ப மத்தவங்கன்னா?' மத்தவங்க முகம் பார்த்து பேசுவாங்க. இல்லன்னா முன்னாடி பேசாம, பின்னாடி போய்ப் பேச ஆரம்பிச்சிடுவாங்க. சில பேர் எல்லாத்துக்கும் ஆமாஞ் சாமி போட்டுருவாங்க. சில பேரு எல்லாமே தப்புன்னு பேச ஆரம்பிச்சிடுவாங்க. 'அப்போ சரியான விவாதம் நண்பர்களுக்குள்ள மட்டும் தான் பண்ண முடியும்ன்னு நினைக்கிறயா?'

இடிப்பாரை இல்லாத ஏமரா மன்னன்
கெடுப்பார் இல்லானும் கெடும்.

'ஆமாம் பாஸ் நண்பர்களுக்குள்ள மட்டும் தான் பாஸ் Sorry-யும் கிடையாது. Thanks-ம் கிடையாதுன்னு நான் சொல்வேன்'

ஏய் இப்படி வேறு சொல்லுவியா நீ என்று சீனிவாசனிடம் நான் கேட்டேன். சரி எதுக்குத் தேவையில்லாம எங்கெங்கேயோ சுத்தி வளைச்சுப் போயிட்டுருக்கீங்க. மூணு பேர்கிட்ட நான் பேசிக்கிட்டு இருந்தேன். எதைப் பத்தி பேசிக்கிட்டு இருந்தேன்னா, இப்போ நம்ம ஊர்ல நடந்த கொண்டாட்டங்களப் பத்தி பார்த்தோம், அப்புறம் வீட்டுல வைக்கிற கொலு பத்தி பேசிக்கிட்டு இருந்தோம், வீட்டுக்குள்ள குடும்பத்தில் நடக்கிற விழாக்கள் பத்தி. கல்யாணம், காதுகுத்து, வளைகாப்பு இப்படி நிறைய சடங்குகளையும் சம்பிரதாயங்களையும் நம்முடைய மக்கள் கடைபிடிச்சிக் கிட்டு வர்றாங்க, அதுல குறிப்பா கல்யாணத்தைப்பத்தி நான் ஒரு மூணு பேருகிட்ட பேசிக்கிட்டு இருந்தேன். நான் மூணு கேள்வி கேட்டு இருந்தேன். முதல் கேள்வி வந்து உங்க வீட்டுல எப்படி கல்யாணம் பண்ணுவாங்க?' அதுக்கு ஒவ்வொருத்தரும் ஒவ்வொரு பதில் சொன்னாங்க.

இப்ப நான் ஒண்ணு சொல்றேன். இந்த மூணு பேருமே கல்யாணம் ஆகாதவங்க. மூணு பேருமே ஒரு முப்பது வயசுக்குக் கீழ இருக்கறவங்க, இருபத்தைந்து வயசுக்குக் கீழகூட இருக்கலாம். என்னைவிட மூணு வயசு பெரியவங்கன்னு வச்சிக்குங்களேன். இந்தக் கேள்வியை ஏன், மூணு கல்யாணம் ஆகாதவங்ககிட்ட கேட்டேன். அப்படின்னா அதுக்கும் அவங்களே பதில் சொல்லியிருக்காங்க. அத பிறகு பார்ப்போம். முதல்ல நான் சங்கர்ராமன்கிட்ட இந்தக் கேள்வியைக் கேட்டேன். அவன் சொல்றான், 'எங்க வீட்டுல வந்து அய்யரை வச்சித்தான் கல்யாணம் பண்ணுவாங்க, ஓமம் எல்லாம் வளப்பாங்க. மறைப்பு கட்டி தாலி கட்டுவாங்க. அப்புறம் மணவறையைச் சுத்தி வருவோம். முதல்நாள் மாப்பிள்ளை வீட்டு வீதியில உள்ள வீட்டுக்கெல்லாம் போய், சொல்லிவிட்டு வருவோம். கல்யாணத்துக்கு வந்துடுங்கன்னு கூப்பிடுவோம். சாப்பாடு போடுவோம்' னு சொல்லிட்டு இருந்தான். அப்புறம் நம்ம சித்ராகிட்ட கேட்டேன். அந்தப் பொண்ணு சொல்லிச்சி, 'எங்க இதுல வந்து தாலியெல்லாம் கட்டமாட்டோம். பெரிசா ரெண்டு நாள், மூணு நாள் கல்யாணம் எல்லாம் கிடையாது. ஒரு அஞ்சி நிமிசத்தில எங்கக் கல்யாணம் முடிஞ்சிடும். கட்டின புடவையோட வந்து அவங்க ஒரு

செயின் போடுவாங்க. அப்புறம் அவங்க கொடுக்கற புடவையைக் கட்டிக்கிட்டு அவங்க வீட்டுக்கு நாங்க போயிடுவோம். அவ்வளவுதான் சார் எங்க வீட்டுல கல்யாணம் முடிஞ்சி போச்சி' அப்படின்னு சொன்னாங்க. சரின்னு சொல்லிட்டு விருதுநகர்ல இருந்த நம்ம சாந்திகிட்ட கேட்டேன். அவங்ககிட்டத்தட்ட ஒருபத்து நிமிசம் பேசினாங்க, அவங்க வீட்டு கல்யாணத்தைப் பத்தி நாத்தனார் மெட்டி போடுறதுல இருந்து, நாத்தனார் ஆரத்தி எடுக்கிறதுல இருந்து ஏகப்பட்ட சடங்குகளை அவங்க அடுக்கிக்கிட்டே போனாங்க. கிட்டத்தட்ட மூணு நாள் நடக்கும் போல இருக்கு, அவங்க வீட்டு கல்யாணம்.

ஒரு சில கல்யாணத்துக்கு நான் போயிருக்கேன். குன்னத்திலிருக்கிற கிருஷ்ணனுடைய அக்காவோட கல்யாணம். அஞ்சி நாள் நடத்துனாங்க அந்தக் கல்யாணத்தை. அவங்க என்னென்னமோ பண்ணுவாங்க, பாதாம் பருப்புலேயும் பிஸ்தா பருப்புலேயும் செஞ்ச ஸ்வீட்டும், அதுவும், இதுவும் போட்டு. ஒவ்வொரு நாளும் ஒவ்வாரு வேளையும் ஒரு இருபது வகையான சாப்பாடு. அதுக்குன்னே தனியா சமையல்காரர்களும். ரொம்பப் பிரமாதமா நடக்கும். அஞ்சி நாளும் ஒவ்வொரு நாளும் கர்நாட்டிக் கச்சேரியும், லைட் மியூசிக்கும் அல்லோலகல்லோலப் பட்டது. அவங்ககிட்ட வேலை பார்க்குற ஆளுக்கெல்லாம் அஞ்சி நாளும் புதுத் துணி எடுக்கறதுக்கே பதினைஞ்சி, இருபதுநாள் மெட்ராஸ்ல போய் தங்கியிருந்து லாரி முழுக்க துணி எடுத்துக்கிட்டு வருவாங்க. இப்படியான பல விசயங்களை நான் பார்த்திருக்கேன். என்னென்னவோ பண்ணுவாங்க. அப்புறம் இப்ப நான் இந்தப் பிள்ளைங்ககிட்ட கேட்டேன். ஏம்பா இப்படியான கொண்டாட்டங்களை நான் ஏன் உங்ககிட்ட கேட்டேன் அப்படின்னா இதெல்லாம் நீங்க பார்த்திருக்கீங்க. ஆனா அதுல நீங்க இல்ல. இப்போ நீங்க கல்யாணம் பண்ணிக்கல. ஆனா கல்யாணங்களை நீங்க பார்த்திருக்கீங்க. அப்ப நீங்க இதெல்லாம் தேவையான்னு நெனச்சிருக்கலாம். இல்ல இதெல்லாம் கண்டிப்பா தேவை அப்படின்னு நெனச்சிருக்கலாம். இப்ப இதுல எந்த இடத்துல (ஸ்டாண்டர்டா) நீங்க இருக்கீங்கன்னு நான் கேட்டப்போ அவங்க சொன்னாங்க. பெரியவங்களுக்கு மரியாதை கொடுத்து இதெல்லாம் பாலோ பண்ணணும்னு நாங்க கஷ்டப்படறோம் அப்படின்னு சங்கர்ராமன் சொன்னான். சித்ரா சொல்றாங்க இதெல்லாம் தேவையில்லை சார். நம்ம பாட்டுக்கு நாம பாரம்பரியமா என்ன சொல்றாங்களோ அதை செஞ்சிட்டு போயிரலாம் அப்படின்னு

சொல்றாங்க, சாந்தி சொல்றாங்க இதெல்லாம் வந்து நாம கொண்டாடணும்னுதான் நெனக்கிறோம். ஆனா இன்னைக்கு இருக்கற காலத்தில பவுன் விலை ஏறிப்போச்சி, எல்லாத்துக்கும் விலை ஏறிப்போனதால சாதாரணமான ரிஜிஸ்ட்ரர் ஆபீஸ்ல வச்சி கல்யாணம் பண்ணிக்கிட்டு போயிரலாங்கற மனநிலையில்தான் நான் இருக்கேன். ஆனா இந்தக் கொண்டாட்டங்கள் வேணும்னுதான் நான் நினைக்கிறேன். சூழ்நிலை காரணமா நான் இதைச் செய்ய முடியாததால தான் என் மனநிலைய மாத்திக்கிட்டு சிம்பிளாவே இருக்கலாமுன்னு வந்துடறேன். சூழல்தான் என்னைத் தள்ளுது அப்படின்னு சொன்னாங்க.

நான் கேட்டேன் காந்தி தேசம்னு சொல்லி அறுபது வருசம் ஆச்சி, எளிமையை போதிக்கிறோம். கிரிக்கெட் மேச்சில இந்தியா ஜெயிக்கணும்னு நாம நெனக்கிறோம். அப்புறம் ஏன் சாதாரணமாகவும் எளிமையாகவும் நம்மால இருக்க முடியல அப்படின்னு கேட்டேன். அவங்க அப்ப சொல்றாங்க காலங்காலமா கொண்டாட்டமான மனநிலைதான் நம்மகிட்ட இருக்கு. எளிமை அப்படிங்கறது இன்னும் மனநிலைல நமக்கு வரல. சூழல் காரணமாக நாம இதுல இருந்துவிடுபட்டோ இல்ல இதுல இருந்து வெளியில தள்ளப்பட்டோ இருக்கிறோமே ஒழிய உண்மையான மனநிலையில நாம அப்படி இல்ல அப்படிங்கறத இங்க சொல்றாங்க, இப்ப பாஸ் நான் என்ன உங்ககிட்ட சொல்றேன்னா, ஒரு கலை வடிவம் வீட்டினுடைய ஒவ்வொரு சடங்கிலேயும் சம்பிரதாயத்திலயும் பிரதிபலித்து, செழிப்பாக இருந்தது, அப்போ இயல்பான வாழ்வியலை அவங்க சம்பாதித்த பொருளை அவர்களுடைய குடும்ப விழாக்கள் மூலமாகவும், கலை வடிவங்களாக வெளிப்படுத்தி கிட்டே இருந்திருக்காங்க. காலப்போக்குல கலை வடிவங்கறது மறைந்துபோய் இது சம்பிரதாயங்களாகவும், சடங்காகவும் மாற்றப்பட்டு வந்த காரணத்தினால் சூழல் காரணமா இதுல இருந்து விலகிடலாம். இது வேண்டாம்னு நெனக்கிற மனநிலைக்கு இன்னைக்கு இளைஞர்கள் தள்ளப்பட்டு இருக்காங்க. அப்படி தள்ளப்பட்ட இளைஞர்களைக் கொண்டு அமையப்போற புதிய பாரதம் மாடர்னிட்டிக்குள்ள போகுமா, இல்ல இந்தப் பழமையைக் கட்டி காவல் காக்குமா? உண்மையிலேயே இது இரண்டுக்கும் இடைப்பட்ட ஒரு தேவையற்ற சங்கடத்துடன் கூடிய, இவர்களாக உருவாக்கிக் கொண்ட சடங்குகளுக்குள் போயி நிக்குமா? அப்படிங்கறதுதான் என் கேள்வி.

அலங்காரம்

திடீரென்று என் வீட்டின் போன் மணி அடித்தது. வழக்கமாக காலை 6 மணியிலிருந்து ஏழரை மணி வரைக்கும் ஒண்ணு நா யாருக்காவது போன் பண்ணி பேசிட்டிருப்பேன். இல்ல யாராவது எனக்கு போன் பண்ணி பேசிட்டிருப்பாங்க. என் சம்பளத்துல பாதிய இந்த போன் பில்லுக்குத் தான் கட்டியிருப்பேன். எனக்கு ஞாபகம் இருக்கற வரைக்கும் என்கூட இருக்கற ஒரே ஒருத்தன தவிர மற்ற எல்லோருக்குமே ரொம்பப் பிடிச்ச விஷயம் நான் போன் பேசுறதும் அவங்க எனக்குப் பேசுறதும். ஒருத்தன் அப்படின்னு நான் ஆண்பால்ல சொல்லறதுக்கு காரணம் என் மனைவிகூட பெருசா அத கண்டுக்கிட்டதாத் தெரியல, வழக்கமா பாதிகாச டெலிபோனுக்குக் கட்டினா பொண்டாட்டிதான் வெளக்குமாத்தால அடிப்பா, ஆனா என் வீட்டில் அப்படியான சம்பவம் எதுவும் நடக்கல. அப்பா கூட இருந்ததனாலயோ என்னவோ அவ என்கிட்ட கேட்டதும் இல்ல, சொன்னதும் இல்ல. எல்லாமே வெட்டி கதையின்னு வச்சுகோங்களேன். காலையில எப்பவுமே நான் ஒரு நாலே முக்கால் அஞ்சுக்கெல்லாம் எழுந்திருச்சுருவேன். நாலே முக்கால் அஞ்சுக்கெல்லாம் எழுந்திருச்சி அதுக்கப்புறம் என்ன பண்றது? ஏதோ எல்லாரும் நடப்பாங்களே அதுமாதிரி வாக்கிங் போயி பார்ப்பேன். அப்புறம் சுமதிய எழுப்பி விடுவேன். அவ வழக்கம்போல திட்டிட்டே எழுந்திருப்பா. அதுக்கப்புறம் என்ன பண்றதுன்னே எனக்குத் தெரியாது.

நானோ ஆறு மணிக்கெல்லாம் போன்ல செட்டிலாயிடுவேன். யாருக்காவது போன் போடுவேன். லீலா கணபதி, நம்ம ஹிந்து கணபதி இப்படி யாருக்காவது நா போன் போட்டுப் பேசிட்டிருப்பேன். தஞ்சாவூருக்குப் பேசுவேன். திருச்சிக்குப் பேசுவேன். திடீர்னு எங்கிருந்தாவது போன் அடிக்கும். எடுத்தா பழைய சோழா சொசைட்டி போன்ல இருந்து யாராவது பேசிக்கிட்டிருப்பாங்க. அப்பறம் திடீர்னு உணர்ச்சிவசப்பட்டு அத யாருக்காவது சொல்லுவேன். இவங்கல்லாம் பேசுனாங்கன்னு சொல்லுவேன். திடீர்திடீர்னு, ஆகக் கூடி ஒன்றரை மணி நேரம் போன்ல பேசினா போன் பில்லு என்ன ஆகும்ன்னு பாத்துக்கோங்களேன்.

வீட்டுப் பொருளாதாரம் இதற்கு இடம் கொடுக்காவிட்டாலும், பாலசுப்ரமணியத்தின் இந்தப் பழக்கம் போதையூட்டியதாகவே இருந்தது. அவருக்கு எந்த ஒரு காலகட்டத்திலும் டெலிபோன் என்பது ஒரு ஆண்மகனுக்கு இத்தனை போதையைக் கொடுத்திருக்குமோ என்பது மிகப்பெரிய கேள்விக்குறி. இதை இங்கு நான் சொல்லக் காரணம் பாலசுப்ரமணியத்திற்கு வயது ஐம்பதைக் கடந்துவிட்டது. ஒரு பெண்ணுடன் பேசும்பொழுது இளம் வயதுப் பிள்ளைகளுக்கு ஏற்படும் அதே பூரிப்பும் உற்சாகமும், நண்பர்களோடு பேசும்போது பாலசுப்ரமணியத்திற்கு ஏற்படுவதைக் கண்டிருக்கிறேன். அவர் மொழியில் சொல்ல வேண்டுமென்றால் அவரைத் திட்டித் தீர்க்கும் ஒரே நபர் நான்தான்.

'வழக்கமா நான்தான் ஆரம்பிப்பேன். இன்னிக்கு நீயே ஆரம்பிச்சுட்டியாடா? சரி சொல்லு'

அலங்காரம் வாழ்க்கையில் மிக முக்கியமான ஒரு அம்சம். வாழ்வியல் கலையின் அடிப்படை தாத்பரியம் அலங்காரம், அலங்காரம் என்பது நீங்கள் நினைப்பது போல் ஒரு பொருளாகவோ, காட்சிப் பொருளாகவோ இருக்க வேண்டுமென்பதில்லை. வாழ்க்கையில் சின்னச் சின்ன சந்தோசங்களைக் கொடுக்கக்கூடிய மிகவும் செலவு பிடிக்கக்கூடிய பாலசுப்ரமணியத்தின் டெலிபோன் உரையாடல்கூட அவருடைய வாழ்வியலின் அலங்காரம்தான். ஒருவருக்கு எது சந்தோசத்தைக் கொடுக்கிறதோ அது அவருடைய வாழ்வின் மிகப்பெரிய அலங்காரம். நீ இந்தமாதிரி பேசறத முதல்ல நிறுத்தப்பா. புரியற மாதிரி ஏதும் சொல்லு.

புரிவதுபோல சொல்ல வேண்டுமென்றால் குழந்தை வரம் வேண்டிக் கட்டும் தொட்டில் அரசமரத்திற்கு எப்படி அலங்காரமோ அதுபோலத்தான்.

பாலசுப்ரமணியத்தினுடைய தொலைபேசி உரையாடல் அவரது வாழ்வியலுக்கு அலங்காரம். 'ஏம்பா கட்டுரையில கடைசியா தானப்பா இப்படியெல்லாம் புல்ஸ்டாப் வைப்ப. ஆரம்பிக்கற போதே வைச்சுட்டினா கட்டுரை எங்கிருந்து எழுதறது'

'இருங்க பாஸ் நானும் கஷ்டப்பட்டு உங்க மொழியில் பேசிப் பாக்குறேன். ஒண்ணும் வரமாட்டேங்குது' உன் வழியில் ஒழுங்கா பேசு. இதெல்லாம் தேவையில்லாத விஷயம், என்ன? ஆமாம் பாஸ். இயல்பை மீறிய எந்த ஒரு செயல்பாடும் அவரவர்களுடைய வாழ்வியல் அலங்காரமாகத் தோற்றம் தராது. சுவாமி புறப்பாட்டிற்கு உற்சவ மூர்த்தி இல்லாத கோயில்களில் குத்துவிளக்கை வைத்து கை, கால்கள் கட்டி மலர்களால் அலங்காரம் செய்து வாகனத்தில் ஏற்றி வீதி உலா கொண்டு வரும் காட்சி. எளிமையான பிடாரி வீதிகளின் கோயில்களில் நான் முழுநேரம் அமர்ந்து, அலங்காரத் தாத்தா அலங்காரம் செய்வதைப் பார்த்திருக்கிறேன். அது அலங்காரம். வீரனுக்குப் படையல் போடும்போது அதற்கு முதல் நாள் சுவற்றில் சுண்ணாம்பு அடித்து, குதிரை வீரனை வரைந்து, மறுநாள் படையல் போடுவது அலங்காரம்.

'தம்பி, நீ திரும்பவும் கோயில் குளம்னு சுத்தாம வாழ்க்கைக்கு வாப்பா'

'இருங்க பாஸ் சொல்லி முடிச்சிடறேன்'

என்ன தான் பெருமாள் கோயில்களில் கோபுரங்கள் விண்ணை முட்டி நின்றாலும் ஒரு சுதை வேலைப்பாடுகூட இல்லாத மொட்டைக் கோபுரம் ஒரு மிகப்பெரிய அலங்காரம்தான். சுதை வேலைப்பாடுகள் என்று நான் சொல்லும்பொழுது திருபுவனத்தில் சரபேஸ்வரரை தரிசித்துவிட்டு அப்பாவின் கையைப் பிடித்து பிரகாரம் சுற்றும்பொழுது இராசாங்கம் பிள்ளை போட்ட சுதையில் மயங்கி அங்கேயே அமர்ந்துபோன நாட்கள் என் நினைவில் நிழலாடுகின்றன. 'ஏம்பா, அந்தக் கல்யாண செட்டு இப்பவும் இருக்கா? என்ன அழகா இருக்கும். அந்த சாமரம் வீசற பொண்ணு, அந்த கோபுரம் தாங்கி பொம்ம, ஞாபகம் இருக்கா உனக்கு'

‘ஆமாம் பாஸ், அத எப்படி மறக்க முடியும்? அந்தத் தாழம்பூ கொண்ட இன்னைக்கும் என் கண்ணுல நிக்கிது இல்லையா?’

‘ஆமா அதக் கேட்க மறந்திட்டேன். அந்தப் பட்டுப்புடவைல தங்க ரேக் ஒட்டுவீங்களே, அந்த ரகசியம் இன்னும் உன்கிட்ட தானே இருக்கு’

‘ஆமாம் பாஸ், பத்திரமாப் பொத்திப் பாதுகாத்து வைச்சுருக்கேன் பாஸ். யாருக்கும் நான் சொல்லப்போறதில்லை’ இப்படியான சம்பிராஷ்டனைகளுக்கு வித்திட்ட அலங்காரம்.

என் மனதின் மிகப் பெரிய சந்தோசம், சுதை வேலைப்பாடுகளை வேடிக்கை பார்ப்பது. முந்தாநாளு நான் திருவாரூருக்குப் போயிருந்தேன். கோயில சுத்தி வந்தப்ப என்ன அழகழகான சிற்ப வேலைப்பாடுகள். சிற்பம்ன்னு நான் சொல்றது கருங்கல் வேலைப்பாடுகள் அல்ல. சுதையிலப் போட்டது. சுதையிலப் போடுறதுன்னா கல்லு ஒட்டி, சுண்ணாம்பு கலவை வச்சு, உள்ள கம்பிக் கட்டி, பொம்ம செஞ்சு அத கோபுரத்துல உட்கார வச்சுப் பார்க்கணும். அந்த கோபுரத்துல உட்கார வச்ச பொம்மைக்கு அதுக்கப்புறம் பெயிண்ட் அடிப்பாங்க. பெயிண்ட் அடிச்சு அது மேல தங்க ரேக்கெல்லாம் ஒட்டி ஒரிஜினல் ஜரிகை மாதிரி பண்ணியிருப்பாங்க. ஒரிஜினல் பவுன்ல செஞ்ச ரேக்தான் பாஸ் அது. அதை சொரண்டி எடுத்துக்கிட்டுப் போய் கொடுத்தாக்கூட இரண்டாயிரம் ரூபாய் கொடுப்பான் கிராமுக்கு, ஆக சுதை வேலைப்பாடுகள் எவ்வாறு கோபுரத்திற்கு அலங்காரமோ, அதே போல தான் தக்கைக்கு பதிலாக பல்பை மாட்டி, தூண்டில் போட்ட பெரிய ராமையனின் தூண்டிலும் அலங்காரம், பெரிய ராமையன் குரும்பகுடியில விரால் மீன் பிடிக்கிறதுக்கு ஒரு நாள் என்ன கூட்டிட்டுப் போனான். அப்போ தக்கை போட்ட தூண்டில் ஒண்ணும், தக்கைக்கு பதிலா ஃப்யூஸ் போன குண்டு பல்பை மாட்டிப் போடுற தூண்டிலையும் என்கிட்ட கொடுத்தான். ஏன் ராமையா? இந்த தூண்டில்ல பல்பை மாட்டிப் போடுறியேன்னு கேட்டேன். தம்பி, விரால் மீன் ரொம்பப் பெரிசு, தக்கையை இழுத்தா கண்ணுக்குத் தெரியாது. தூண்டிலோட இழுத்துட்டு ஓடிறும். அதனால பல்பை போட்டோம்னு வையேன். பல்பை இழுக்க அதால முடியாது. நாம ஓடிப்போயி நீச்சல் அடிச்சு தூண்டில்ல இருக்கிற மீனப் புடுச்சுக்கலாம். அதுக்காகத்தான் போடுறேன்னு வந்து விழுந்த ராமையனின்

வார்த்தைகளில் அலங்காரமில்லை. ஆனால் சீனிவாசனின் மனதில் அந்தத் தூண்டில் அலங்காரமாகக் காட்சியளிக்கிறது.

ஒரு நாள் நானும், சீனிவாசனும் அவனுக்குப் பிடிக்காத போன் உரையாடலில் 'ஏண்டா, ஓவியம்னா என்ன? அப்படி'ன்னு கேட்டுட்டேன். உடனே அவன் சொன்னான். 'அத ஒரு பத்து பேருகிட்டக் கேட்டுட்டு அப்புறமா என்கிட்ட வாங்க'ன்னான். நானும் விடாம ஒரு நூறு பேருகிட்ட போன் போட்டு கேட்டேன். எல்லோரும் ஏதோதோ சொன்னாங்க. லியானார்டோ டாவின்ஸி ஓவியம்னான் ஒருத்தன். மைக்கேல் ஆஞ்சலோ வரைஞ்சா தான் ஓவியம்னான் இன்னொருத்தான். அதெல்லாம் கிடையவே கிடையாது. நான் வரைஞ்சாத்தான் ஓவியம்னு வேற ஒருத்தன் சொல்லிட்டான். நான் போட்டா படம்னு ஒருத்தன் சொல்லிட்டான். அப்புறம் வேற வழியில்லாம சீனிவாசனிடம் போனேன். 'இந்தாப்பா தம்பி, இந்த மாதிரி ஒவ்வொருத்தனும் ஒவ்வொரு மாதிரி சொல்றான், நீ என்னதான்டா சொல்லப்போற? அப்படி'ன்னேன். அவன் சொன்னான் 'இப்பெல்லாம் பிரபலமான விளம்பர ஸ்லோகங்கள் இருக்கு. புள்ளி ராஜாவுக்கு எய்ட்ஸ் வருமான்னு? அந்த மாதிரி ஓவியம் பற்றி நான் சொல்ல நினைக்கல. ஆனா நான் ஒண்ணு சொல்றேன், அது சரியா இருக்குமா இல்லையான்னு நீங்க சொல்லுங்கன்னு சொல்லிட்டு சொன்னான். 'திருத்தமாகச் செய்யப்பட்ட எந்த ஒரு வேலையின் வெளிப்பாடும் அழகுணர்வோடு இருக்குமானால் அது ஓவியம்'

ஃபோட்டோஸ் ஆஃப் காட்ஸ்
சைஸ் - 40 x 40
பிரிண்ட் ஆன் ஆர்க்கேவல் பேப்பர்
2005 - 2012

சப்பரமும் - பேரிக்காயும்

'திருத்தமாக செய்யப்பட்ட எந்த ஒரு வேலையின் வெளிப்பாடும் அழகுணர்வோடு இருக்குமானால் அது ஓவியம்'ன்னு, பாலசுப்ரமணியத்துக்கிட்ட நான் சொல்லிட்டேன். அன்னைக்கு ராத்திரி முழுக்க அவரால தூங்கியிருக்க முடியாதுன்னு நினைக்கிறேன். ஏன்னா பாலசுப்ரமணியம் போன்ற எல்லாருமே நம்ம பொதிகை டி.வி.யிலே பேட்டி எடுக்கிறவங்க மாதிரிதான். என்னை ஒருத்தங்க பேட்டி எடுத்தாங்க. அப்ப அவங்க என்கிட்ட கேட்ட கேள்வியே, 'படம் வரையறுதுன்னா சார்? கையால நீங்க வரைஞ்சாதானே சார் படம். நீங்க டிஜிட்டல்ல பண்றேன், கம்ப்யூட்டர்ல பண்றேன்னு சொல்றீங்களே சார், அது எப்படி ஓவியம் ஆகமுடியும்?'ன்னு கேட்டாங்க. அதுக்கு நான் அந்த நேரத்துல வெங்கட்சாமிநாதனைத் துணைக்குக் கூப்பிட்டு, எம்பராய்டரி பண்ற மாதிரியான விஷயம் இல்லம்மா ஓவியம், ஓவியங்கறது கையால வரைஞ்சாதான் படம் அப்படி எல்லாம் இல்லம்மா, இழைத்தல் அப்படிங்கறத மீறி, பார்த்ததைப் பார்த்தபடியே பதிவு செய்வது என்பதையும் தாண்டி, புகைப்படக்கருவி என்னைக்கு நம்ம நாட்டுல வந்துச்சோ அதுக்கப்புறம் ரியலிசம் அப்படிங்கறதுக்கு ஒரு அர்த்தம் இல்லாம போயிடிச்சும்மா. ரெம்பரண்ட் மாதிரியானவங்க வாழ்ந்த காலத்தில ரியலிஸ்டிக் ஓவியங்கள் முக்கியமாகக் கருதப்பட்டது உண்டு. ஆனா

இன்னைக்கு நீங்க ரியலிஸ்டிக்கா பண்ணீங்கன்னா அதுக்கு அர்த்தம் இல்லாமதாம்மா இருக்கு’ன்னு நான் சொன்னேன்.

‘இப்ப அழகுணர்வோடு செய்யப்பட்ட எந்த ஒரு வேலையின் வெளிப்பாடும் ஓவியம்’ன்னு நான் சொல்லிட்ட பிறகு அவங்ககிட்ட நான் சொன்ன பதிலிலேயே பொட்டு வச்சி முகம் கழுவி சுத்தமா பளிச்சின்னு இருந்தாலே அது ஓவியம்தாம்மா அப்படின்னு நான் சொல்லியிருக்கேன். இந்த விசயங்கள் இதுக்கு முன்னாடி நான் அலங்காரம் பத்தி பேசுனதுல இருந்து சொல்லனும்னா பட்டாமணியார் தாத்தா வீட்டுக்கு எதுத்த மாதிரி ஒரு பத்து பேர் உக்காந்து புளி அரிவாங்க. அவங்க பின்னாடி இருந்து நாம பார்த்தோம்னா ஒவ்வொருத்தருடைய கொண்டையும் ஒவ்வொரு விதமா இருக்கும். ஒண்ணு வந்து தாழம்பூ கொண்டை, இன்னொண்ணு சும்மா அப்படியே முடிஞ்சிபோட்ட கொண்டைன்னு ஒவ்வொருத்தரும் விதவிதமான கொண்டை அலங்காரம் பண்ணியிருப்பாங்க. அத நாம பார்க்கமுடியும். இந்தக் கொண்டைக்கு அவங்க பயன்படுத்தற வலை, கொண்டை ஊசி கூட, நெளி ஊசி, நேர் ஊசி அப்படின்னு பலவிதமான ஊசிகளைப் பயன்படுத்திக் கொண்டை போட்டிருப்பாங்க. ரெடிமேடா விக்கிற கொண்டையை வாங்கி தலைமுடிகூட சேர்த்து சவரிவச்சு பின்னி அத முடிஞ்சி மேல அழகுபடுத்திக் கொண்டை போட்டிருக்கிறத பார்த்திருக்கேன். இந்தக் கொண்டை போடுறதுக்காகவே பல பாட்டிகள் வந்து எங்க வீட்டுல ஒரு மணி நேரத்துக்கும் மேல எடுத்துக்கறத நான் பார்த்திருக்கேன்.

வெறும் கொண்டை மட்டும் அலங்காரம் இல்லை. அவங்க கட்டுற புடவையோட கொசுவம் வக்கிற அழகும் அலங்காரம்தான். இப்படி அலங்காரங்கள் பலவிதமா நான் பார்த்திருக்கேன். வீட்டுக்கு சிக்கு கோலம் எப்படி ஒரு அலங்காரமோ, துளசிமாடம் எப்படி ஒரு அலங்காரமோ, சமீபத்துல தாதாசாகேப் பால்கே விருது பாலசந்தருக்கு எப்படி ஒரு அலங்காரமோ, அது போலத்தான் பாலசந்தர் தன்னுடைய நல்லமாங்குடி வீதிகள்ல இழுத்துட்டுப் போன சப்பரத்தட்டி பத்தி பதிவு பண்ணியிருக்காரு. பதினெட்டாம் பேருன்னு ஒண்ணு நடக்கும். ஆடிப்பெருக்குன்னு சொல்வாங்க தஞ்சாவூர் ஜில்லாவுல. மொதமொதல்ல தண்ணி தொறந்து விட்டு ஆடி மாசம் பதினெட்டாம் தேதியன்னைக்கு காவிரிக்கு பூஜை

பண்றதுதான் ஆடிப்பெருக்கு விழா. அப்போ வீதிகள்ல சின்ன பிள்ளைங்கல்லாம் மொத நாளே சப்பரம்னு ஒன்னு சின்னசின்னதா செஞ்சி இழுத்துட்டு போறதப் பத்தி பாலசந்தர் பதிவு பண்ணியிருக்காரு. இன்னைக்கும் தஞ்சாவூர் ஜில்லாவுல தண்ணி வந்தாலும் வரலைன்னாலும் பைப்படியில சப்பரம் வச்சி பூஜை பண்ற பழக்கம் இருக்கு.

இப்படி மதநம்பிக்கைகளை மீறி இயற்கையை வழிபடுற வழிபாட்டு முறைகள்ல இருக்கக்கூடிய அலங்காரங்கள் வீட்டை அழகுபடுத்துறதுல, நேர்த்தியாக்கறதுல இருக்கிற அலங்காரங்கள். சுத்தப்படுத்தறதுல, மஞ்சள் தெளிச்சி வைக்கிறதுல, சாணம் மொழுகறதுல இருக்கற அலங்காரம், இப்படி எண்ணற்ற அலங்காரங்கள் பத்தி சொல்லிக்கிட்டே போகலாம். ஒழுகமங்களத்திற்கு கமலா கூட நடந்து போகும்போது ரெமிபவுடர் வாங்குனது அலங்காரத்துக்காக, மைடப்பா வாங்குனது அலங்காரத்துக்காக, ரிப்பன் வாங்குனது அலங்காரத்துக்காகன்னு சொல்லிகிட்டே போகலாம். அதுல தனி மனிதர்களுடைய அலங்காரம் பத்தி இப்ப நாம பேசுனோம், ஒரு குழுவினுடைய அலங்காரம் இருக்கு. மொழி, குழுவினுடைய அலங்காரம்னுதான் நான் பார்க்கிறேன். அதே மாதிரி விளையாட்டுகள் ஒரு குழுவின் அலங்காரமா நான் பார்க்கிறேன், வீரமும் அப்படித்தான். ஒரு கட்டிடத்திற்குச் சுதை வேலையும், ஓவியமும், சுவரோவியமும் எப்படி அலங்காரமோ அதுபோல மனிதக் குழுக்களிடையே இருக்கக் கூடிய அலங்காரங்கள் வெவ்வேறானவை, தனிமனிதருடைய அலங்காரமும் வெவ்வேறானவை. ஆனா இத எல்லாத்தையும் ஒரு புள்ளியில என்னால சேர்த்து பார்க்க முடியுது. இதான் மனநிலை அப்படிங்கற அலங்காரம். ஒரு தனிமனிதனுடைய மனநிலையில்தான் அலங்காரம் இருக்கு அப்படிங்கறதுல மிகப்பெரிய நம்பிக்கை எனக்கு இருக்கு. இந்த இடத்தில் ஓவியம் பத்தி ஒரு புரிதலை ஏற்டுபடுத்த முடியாதுன்னு நெனச்சிதான், நான் அலங்காரம்கறத பத்தி இவ்வளவு தூரம் பேசிக்கிட்டு இருக்கேன்.

ஓவியம்ங்கறதத் தாண்டி, படைப்பு அப்படிங்கறதுக்குதான் நான் இப்போ சொல்ல வர்ற விசயம்.

சரி, அப்போ ராஜா ரவிவர்மா படைச்ச ஓவியம், அத எந்தக் கணக்குல எடுத்துக்கறது? ஒரு மேல்நாட்டுப் பாதிப்போட நாடகமாக்கம் செய்து

அதனுடைய பதிப்பைத் தைல வண்ணத்துல பதிவு பண்ண அந்த மாதிரியான ஓவியங்கள், அது ரெம்பரண்ட் வகையையும் சாரல. இந்தியத் தன்மையோடயும் இல்ல. அப்ப அத எந்த வகையில சேர்க்கறது அப்படிங்கற ஒரு குழப்பம் எனக்குள்ள வந்தது. இப்படிக் குழம்பிப்போயி திரும்பவும் சிந்திக்க ஆரம்பிக்கறப்ப அந்தத் தருணத்துல தான் நான் உணர்ந்தேன். திருத்தமாக செய்யப்பட்ட எந்தவொரு வேலையின் வெளிப்பாடும் அழகுணர்வோடு இருக்குமானால் ஓவியம். அதே திருத்தமாக செய்யப்பட்ட எந்தவொரு வேலையின் வெளிப்பாடும் சிந்தனை சார்ந்து இருக்குமானால் அது படைப்பு, திரும்பவும் நான் என்ன சொல்ல வர்றேன் அப்படின்னா சிந்தனை சார்ந்த, சிந்தனையைத் தூண்டக்கூடிய விதத்தில் அமையும் எந்தவொரு வெளிப்பாடும் ஓவியம்தான். அழகுணர்வோடு செய்யப்பட்ட எந்த ஒரு வேலையின் வெளிப்பாடும் சிந்தனை சார்ந்து இருக்குமானால் அது படைப்பு அப்படிங்கறதுதான் நான் சொல்ல வர்றது. ஓவியத்துக்கும் படைப்புக்கும் இருக்கிற மிகப்பெரிய வித்தியாசமே ஓவியம் அலங்காரமாக இருக்கலாம். சிந்தனையைத் தூண்டும் விதத்தில் அமையப் பெறாமல் இருக்கலாம், அலங்காரமாகவும் இருந்து கொண்டு சிந்தனையையும் தூண்டுமானால் அது படைப்பு. ஒரு படைப்பாளனுக்கும் ஒரு ஓவியனுக்கும் இருக்கக்கூடிய மிகப்பெரிய வித்தியாசம் பார்வையாளன் மனதில் சிந்தனையைத் தூண்டுபவன் படைப்பாளன். பார்வையாளன் மனதில் சந்தோசத்தை மட்டும் தூண்டுபவன் ஓவியன். சந்தோசம் என்பது பார்த்த மாத்திரத்தில் தொற்றிக்கொள்கிற ஒரு விசயம். தொற்றிக்கொண்ட பிறகு ஒரு ஊக்கத்தைக் கொடுத்து உற்சாகத்தைக் கொடுத்து சிந்தனையைத் தூண்டி, நம்முடைய கலாச்சாரத்தையும் நாகரிகத்தையும் பண்பாட்டையும் மீறிய அவரவர் சார்ந்த துறைகளில் அவரவர்களுக்கான ஊக்கத்தைக் கொடுப்பது படைப்பு. ஆக பயிற்சி, பயிற்சியின் முதிர்ச்சியில் விளைபவன் ஓவியன். பயிற்சியின் முதிர்ச்சியில் இருந்து விடுபட்டு சிந்தனாவாதியாக மாறி, சிந்தித்தவற்றைப் படைப்பின் மூலமாக வெளிப்படுத்திச் சிந்தனையை தூண்டும்விதத்தில் படைப்புகள் இருக்குமானால் அவன் படைப்பாளி.

நாயும் நன்றியுணர்வும்

திருச்சியில் இருந்து மிகுந்த மனக்குழப்பத்துடனும், தெளிவற்ற மனநிலையுடனும், சென்னையை நோக்கிப் பயணப்பட்டேன். பயணப்படும்பொழுதே, என்னுடைய அதிதீவிரமான சிந்தனை எல்லாமற்றுப் போயிருந்தன. அதற்கு மிகச் சிறந்த எடுத்துக்காட்டு என் தொலைபேசியைத் தொலைத்ததுதான். எங்கே வைத்தேன் என்று தெரியாமல், கை தவறி வைத்துவிட்டேன். சென்னை சென்றடைந்ததும், நான் செய்த முதல் காரியம் எல்லாவற்றையும் மறந்து போனதுதான். மறந்து போனவற்றை எல்லாம் நினைத்துப் பார்ப்பதற்காக மீண்டும் முயற்சி செய்ததில் தலைவலி தான் மிஞ்சியது.

சிங்கப்பூரில் இருந்து வாங்கி வந்த சிங்கப்பூர் தைலம் கைவசம் இருந்ததால் தலைவலி போயிற்றே தவிர, மறந்து போனவை நினைவுக்கு வரவில்லை. மறந்து போனவற்றில் மிகவும் முக்கியமானவை நன்றி உணர்வும் விசுவாசமும். விசுவாசத்திற்கு இன்னொரு பெயர் என்ன? விசுவாசம் என்பது தமிழ்மொழி தானா? நன்றி உணர்வு அப்படித்தானா? இப்படி என் குறுக்குப் புத்தி வேலை செய்ததே ஒழிய, உண்மையான விசுவாசமும் நன்றி உணர்வும் மறந்து போனவைகளில் முக்கியமானதாகப் பட்டது. மறந்தே போய்விட்டது.

நாய் நன்றி உணர்வுள்ள பிராணி, பைரவரின் வாகனம், பின்பு தமிழகத்தின் அடையாளங்களில் சிப்பிப் பாறை, ராஜபாளையம், கருங்கண்ணி போன்ற ஜாதி நாய்களைப் பற்றி அறிந்திருக்கிறேன். நேரில் பார்த்தும் இருக்கிறேன். ஜாதி நாய்கள் அழிந்துபோவதை எண்ணி வருத்தப்பட்டு இந்திய அரசாங்கம் மிகுந்த அக்கறையோடு ஒரு தபால்தலையை வெளியிட்டு தன் ஆதங்கத்தைத் தீர்த்துக் கொண்டது. நன்றி உள்ள பிராணி நாயினம் அழிந்துபோவதை நன்றியோடு நினைவு கூர்ந்தது இந்திய அரசாங்கம். என்ன பெருந்தன்மை!

இவ்வாறாக அரசாங்கம் காட்டும் நன்றி, நாய்கள் மனிதர்களிடம் காட்டும் நன்றி, நாய்க்கும் மனிதர்களுக்குமான உறவுகள் இவை பற்றி மட்டுமே புதிதாக எனக்கு சிந்திக்கத் தோன்றியது. இப்படியே சிந்தனைகளில் விழுந்தெழுந்து நான் மறந்து போனவைகளை மீட்டெடுக்கும் முயற்சியைக் கைவிட்டேன்.

பாலசுப்ரமணியத்தைப் பார்க்க ஸ்டான்லியை நோக்கிப் பயணப்பட்டேன். பல வருஷம் போன வழிதான். இருந்தாலும் அன்னைக்கு என்னவோ, தேடித், தேடி, புடுச்சுக்கிட்டே போனேன். நானொரு தட்டு கெட்ட சாவடி தானே. எப்படியோ ஸ்டான்லிக்குப் போய்விட்டேன். திருச்சியில் இருந்து ஸ்டான்லிக்கு ஏய் அப்பா! எவ்வளவு தூரம்? அவரு என்னவோ சந்தோஷமான மனநிலையில்தான் இருந்தார். 'என்ன பாஸ் பயங்கர சந்தோஷத்தில் இருக்கீங்க'ன்னு கேட்டேன். அவரு என்ன என்னவோ சொன்னாரு, டீ வாங்கிக் கொடுத்தார். வா வீட்டுக்குப் போவலாம்ன்னு கூட்டிக்கிட்டு வந்துட்டாரு. வீட்டுக்குப் போனவுடனே, என்னடா வாழ்க்கை இது? ஒரே சண்டையும் சச்சரவுமா இருக்கு. நாய் குரைக்கிறதா? மனுஷன் குரைக்கிறானா? அப்படின்னு தெரியமாட்டேங்குது. நேத்தி நாப்பத்தியஞ்சு நிமிஷம் ஒரே சத்தம்டா என்றார். 'என்ன பாஸ் சொல்றீங்க!' 'அதை ஏன்டா? கேக்கற அதை எல்லாம் கேக்காதடா'ன்னுட்டார். சரின்னு நானும் கேக்கல.

ஆனால் என் உள் மனது மட்டும், இது நிகழ்ந்த இடம் கலைஞர்கள் கூடும் இடமாகத்தான் இருக்கும் என்று உறுதியாகச் சொன்னது. வழக்கம்போல மாடிக்குச் சென்று, உடை மாற்றி முகம் கழுவி வந்தபோது தலையணை அளவு இரண்டு புத்தகங்களை என் முன் வைத்தார். பிக்காசோவின்

படம் போட்ட அப்புத்தகத்தின் கனமான அட்டையைத் திருப்பியபோது மரியாதைக்குரிய தனபால் அவர்களின் கையெழுத்தைப் பார்த்ததும் நெகிழ்ந்தே போய்விட்டேன். விசுவாசம்னா என்ன? நன்றி உணர்வுன்னா என்ன? ஒரு கலைஞருடைய கையெழுத்தைப் பார்த்ததும் என்னால் அதற்கு மேல் எதைப் பற்றியும் யோசிக்க முடியவில்லை?

திருவனந்தபுரத்திற்கு நான் மாணவப் பருவத்தில் சென்று இருந்தபோது பணிக்கர் அவர்களுடைய படைப்புகளை ஒருங்கிணைத்து, தனியாக அதற்கென்று ஒரு அரங்கம் அமைத்து காட்சிப்படுத்தி இருந்ததைப் பார்த்தேன். அனைவரும் நவீன கலை வரலாற்றை அறிந்துகொள்ளும் வகையில் அமைத்திருந்த அந்த அரசாங்கம் எங்கே? தனபால், கிருஷ்ணராவ், சந்தானராஜ், எல்.முனுசாமி, அந்தோணிதாஸ், கன்னியப்பன் போன்ற மாமேதைகளைக் கண்டுகொள்ளாத நாம் எங்கே? என்ற கேள்வி என்னை மீளாத்துயரில் ஆழ்த்தியது. தனபால் சாருக்கு மட்டும் இந்த நிலைமை இல்லை. மூடநம்பிக்கைகள் மேல பற்றுக்கொண்ட மக்கள் மத்தியில், பூனைய சகுனத்தடையா நினைக்கிற நாட்டுல, பூனையப் பிராதானப்படுத்தி மிகப்பெரிய கலை மறுமலர்ச்சி உண்டாக்கிய நம்ம வாத்தியார் ஆர்.பி.பாஸ்கர் அவர்களுக்கும், சிறு தெய்வ வழிபாட்டை, தமிழ்மொழி மீதான பற்றை, கலை இலக்கிய ஒருங்கிணைப்பை, நவீனக்கலையை சாமான்யன் வரைக்கும் எடுத்துச் சென்ற மரியாதைக்குரிய பெரியவர் ஆதிமூலம் அவர்களுக்கும், பிறப்பால் கிறிஸ்தவராக இருந்தும் புராண இதிகாச பிம்பங்களை, அன்பை, அன்பின் வெளிப்பாடுகளை நவீன கலாபாணி மூலமாக நாடறியச் செய்த அல்போன்ஸோ அருள்தாஸ் அவர்களுக்கும், பதிப்போவியத்தின் மூலமாக, உலகத் தரத்திற்கு நம்ம கலையையும், கலைஞர்களையும் முன்னெடுத்து போற முயற்சியில் இருக்கிற ஆர்.எம்.பழனியப்பனுக்கும் உலக அரங்கில் அறியப்பட்ட ஓவியர்களில் குறிப்பிடத்தக்க முரளிதரன், டக்ளஸ் போன்ற இந்தத் துறையின் மாமேதைகளுக்கும் இதே நிலைமைதான்.

ஏன் பாஸ், நாம நம்ம வாத்தியார்களைக் கொண்டாடுறது இல்ல? நம்முடைய முன்னோடிகளை நினைச்சுப் பார்க்கறது இல்ல? இந்தக் கேள்வியை நான் பாலசுப்ரமணியத்திடம் கேட்டபொழுது, அவரிடமிருந்து

என்ன மாதிரியான பதில் வந்திருக்கும் என்று நீங்க நினைக்கிறீங்க! 'அடப்போடா, நீ வேற இங்க கண்ணுக்கு முன்னாடி மொளச்சு மூணு எல உடல, அதுங்க பேசுற பேச்சும், நிக்கற நிலையும், நீ முக்கியமில்லை. நாய்தான் முக்கியம்னு சொல்லிக்கிட்டு அலையுதுங்க. இதுங்களை எல்லாம் வெச்சுக்கிட்டு நீ பெருசா பேச வந்துட்ட' என்று பாலசுப்ரமணியத்திடம் இருந்து வேதனையும் சலிப்பும் மிகுந்த குரல் ஒலித்தது.

நவீன கலைப்பாணியின் தொடக்க காலத்தில் இருந்து இன்றுவரை நம்முடைய தமிழகத்தில் வாழ்ந்து மறைந்த வாழ்ந்து கொண்டு இருக்கக்கூடிய கலைஞர்களுடைய குருமார்கள், முன்னோடிகளைப் பற்றி எந்த அக்கறையும் எந்த மரியாதையும் இல்லாமல் நாம் வாழ்ந்துகொண்டு இருக்கிறோம் என்கிறபோது நான் மீண்டும் அழுதே விட்டேன்.

கலைஞர்களுக்கு நன்றியும் விசுவாசமும் கலைஞர்களிடத்தில் மட்டும்தான் இல்லை என்றால் கலைகளிடத்திலும் இல்லை என்பது நிதர்சனமான உண்மை. நம்முடைய கண்ணுக்கு முன்னாலேயே கலைஞர்களை, படைப்புகளைக் கொண்டாட முடியாத நாமா கலைகளையும் கலைஞர்களையும் மீட்டெடுக்கப் போகிறோம்? நாமா சுவரோவியங்களையும், சிற்பங்களையும் பாதுகாக்கப் போகிறோம்? நவீன கலைகளை வளர்க்கப் போகிறோம்? நாமா நல்ல படைப்பாளிகளாக இருக்கப் போகிறோம்? நம்மால் ஒரு நல்ல படைப்பைக் கொடுக்கமுடியுமா? - நன்றியும் விசுவாசமும் அற்று.

ஃபோட்டோஸ் ஆஃப் காட்ஸ்
சைஸ் - 40 x 40
பிரிண்ட் ஆன் ஆர்க்கேவல் பேப்பர்
2005 - 2012

படைப்பும் படைப்புலகமும்

'மாமா சினிமாவுக்குப் போவமா? போவலாம்டா, மணி 6 ஆவுது என்னாத்த, நீ.... வந்தவுடனே சொல்லி தொலைக்கக்கூடாதா? இரண்டு பேரும் எதைப் பற்றியுமே பேசிக்கொள்ளவில்லை. என்ன படம். எங்க பாக்கறம். எதுவும் ஐடியா இல்ல. ஆனா டிக்கட் எடுத்தது அவன் இவனுக்கு, விகடனப் படிக்காம போயிட்டு வந்தப்புறம் படிச்சி பார்த்தேன்.

"பாலாவக் காணமா? பாலாவின் படைப்புலகம் இயக்குபவர்கள் மத்தியில், படைப்பு சினிமா. எந்த ஒரு படைப்பாளிக்கும் ஊடகம் மிகவும் முக்கியம். பாலா வெளிப்படுத்தியிருக்கும் படைப்பு பார்க்க உட்கார்ந்தால் படைப்பின் அழகியலும் படைப்பாளனின் சிந்தனையும் கண்ணுக்குத் தெரியாது. இங்க கண்டினுட்டி விட்டுட்டாண்டா, அங்க பாத்தியா சட்டய மாத்தி போட்டுட்டான்டா, மிஸ் பண்ணிட்டான்டா"

"என்ன தாண்டா சொல்ல வர்றான், அது தேவயே இல்லப்பா, போட்டு இழுக்குறான்டா போன்ற சொல்லாடல் தன்னைத் தானே இயக்குனராகக் கற்பனை செய்து கொண்டு பஸ்சில் போகும்போது தானும் பிரேக் போட்டு ஸ்டியரிங் பிடிக்கும் சக பயணியின் மனநிலையில் தான் பாலாவைக் காணோம். பாலா பளிச்சிடுகிறார்" போன்ற வார்த்தைகளோடு படைப்பின் தாக்கமோ, அது தட்டி எழுப்பிய உணர்வுகளோ அற்று ஜடமாய்

வெளியேறும் பார்வையாளர்கள். படைப்புலகில் வாழும் படைப்பாளியின் படைப்புக்கான சஞ்சாரம் என்பது ஜடத்தை மனதில் கொண்டது அல்ல.

கற்பனை கலந்த சிந்தனை சார்ந்த நிஜத்தின் பிரதிபலிப்பாய் மகிழ்வூட்டக்கூடிய அல்லது துக்க உணர்வை ஏற்படுத்தக்கூடிய தன் அனுபவத்தின் வெளிப்பாடு. ஒரு கலாச்சாரத்தைக் கட்டமைப்பதாக ஒரு நாகரீகத்தைச் செழுமைப்படுத்துவதாக இருப்பதே அன்றி வேறோன்றுமில்லை. ஒப்பீடு பார்வையாளனுக்குத் தேவையா? படைப்பாளி படைக்கும் முன்னர் பார்வையாளனின் மனநிலையில் இருந்து சிந்திக்க வேண்டிய அவசியம் இருக்கிறதா? அவனுடைய பார்வையில் அந்தப் படைப்பு முழுமை பெற்றால் காட்சிப்படுத்தப்படும். இல்லையென்றால் ஜெமினி வாசன் முக்கால்வாசி எடுத்து எரித்த ஔவையார்தான் கதி.

பாலாவுக்கு, பாலச்சந்தருக்கு என்ன விதமான பாதிப்புகளோ சொல்லத்தான் நினைக்கிறேனில் பாயச டம்ளரை தட்டும் ஸ்ரீவித்யா, அவன் இவனில் கறிவிருந்துக்கு வரும் விஷாலின் சேஷ்டைகள் வாழ்வியலின் பாதிப்புகள். இது எந்த விதமான பதிவு, எந்த மீட்டெடுப்பு எதுவும் இல்லை. கண நேரத்து ஊக்கம் மிகப்பெரிய சந்தோஷம். ஆனந்தமே கலை. எல்லோரும் இன்புற்று இருப்பதுவேயல்லாமல் யாமறியேன் பராபரமே. படைப்பாளியால் மட்டுமே முடியும், படைப்புகளால் மட்டுமே சாத்தியம்.

வாழ்வியலே கலை. பாலுமகேந்திராவின் இந்து டீச்சர்தான் அழியாத கோலங்கள். ஸ்டார் தியேட்டரில் தரை, பெஞ்சு, பேக் பெஞ்சு, சேர் இப்படி 25 காசிலிருந்து 1 ரூபாய் வரை டிக்கெட் இருந்த காலத்தில் 47 நாட்கள் பார்த்துவிட்டு வீட்டிற்கு வந்தேன். இப்படி ஒரு கொடூரக் கணவனாக இருக்கக்கூடாது என்று கல்யாணம்னா என்னன்னே தெரியாத வயசுல எனக்குத் தோணியிருக்க முடியுமா? கேஸ் அடுப்புல கைய வச்ச அடுத்த நிமிஷம் பயந்து போன நான் அழுதுகிட்டே திண்ணைல வந்து சுருண்டு படுத்திட்டேன். படைப்பு ஏற்படுத்தின முதல் பாதிப்பு.

படைப்பாளியப் பத்தி எதுவும் தெரியாத வயசு புத்தி, கொஞ்ச நாளைக்கு அப்புறம் வண்டிச்சக்கரம் சிலுக்கு டான்ஸ் பார்த்துட்டு போற

வர்ர பொம்மனாட்டியயெல்லாம் சிலுக்கா பாத்த பாதிப்பு, வயசு கோளாறா? படைப்பு கோளாறா? மூன்றாம் பிறைக்கு அக்கவுண்ட் சார் கிட்ட போயி டிக்கட் எடுத்துவர கொடுத்த பணத்த மூணு சீட்டுல விட்டுட்டு வீட்டுக்கு வந்தது படைப்பின் மேல் நாட்டம் இல்லாத மனநிலை. இது படைப்பின் கோளாறா? வாழ்வியலின் ரகசியமா?

சமூகத்தில் ஏற்படும் எந்த மாற்றத்திற்கும் தனிமனித மனநிலைதான் காரணம் என்றால் படைப்பின் தாக்கத்தில் தனிமனித மனநிலையைப் பெருவாரியாக ஒரே நேரத்தில் மாற்ற முடியும் என்கிற நம்பிக்கை சமூக ஆர்வலர்கள் சினிமா என்னும் படைப்பின், படைப்பாளியின் சுதந்திரத்தில் தலையிட்டு சிகரெட்டைத் தூக்கிப் போட்டுப் பிடித்துக் கொண்டிருந்த, சூப்பர் ஸ்டாரை சுவிங்கம் மெல்ல வைத்தது வளர்ச்சியா? வீக்கமா?

படைப்பு, சமூகத்தை மேம்படுத்துமேயானால் சமூகம் படைப்பாளியை உருவாக்கும் என்பதும் உண்மையாய் இருக்க வேண்டும். இங்கு சமூகம், கே.எஸ். கோபால கிருஷ்ணனையோ, பந்தலுவையோ உருவாக்கவில்லை. மாறாக பி.வாசுவை இயக்கத் துவங்கிவிட்டது. படைப்பாளனின் படைப்புச் சுதந்திரம் பறிக்கப்பட்டு, சிந்தனை, கருத்து படைப்பின் மூலமாக மறுமலர்ச்சி அர்த்தமில்லாத அனர்த்தங்களின் கூடாரமாக, படைப்புலகம் மாறிவிடும் அபாயத்திலிருந்து காப்பாற்ற முற்பட்டால் பரிசு, பாலாவை காணோம்தான்.

ஊடக மொழியில் சுதந்திரம்?

‘என்னப்பா! திடீர்னு சினிமா பக்கம் போயிட்டீங்க. நாம ஆர்ட் பத்தி தான பேசிக்கிட்டு இருந்தோம். அப்புறம் கொஞ்சம் சமூகம், பொது நலம் இப்படி ஏதாவது பேசி இருப்போம்னு நினைக்கிறேன். சாப்பாடு, துணிமணி, பயணம் இப்படிப் பேசிக்கிட்டு இருந்தோம். சினிமாவுக்குப் போவாம உன்னால இருக்க முடியலயா? இல்ல நான் உன் கூட இல்லாததுனால நீ சினிமாவுக்குப் போயிட்டியா?’ ‘ஆமா நீங்க இல்லாதனாலேயே கொஞ்சம் கொஞ்சம் ஸ்டரக்காயி, ஸ்டரக்காயி ஓடிக்கிட்டு இருந்தது. முதல்ல ஒண்ணு எழுதி கிழிச்சு தூக்கிப் போட்டுட்டோம். அப்புறம் பாதில நின்னுபோயி கண்டினியூ பண்ணேன். என்னா பண்றது, எல்லாரும் பண்ணிக்கிட்டு இருக்கிற வேலதான். எதுவும் ஓடலன்னா நேரா தியேட்டர்ல போயி உட்கார்ந்திட வேண்டியது’

‘உங்களுக்கு ஞாபகம் இருக்கா, கணேஷ் தியேட்டர்ல, அனகாபுத்தூர்ல படம் பார்த்தோமே, என்ன படம் அது. பச்சை விளக்கா, ஏதோ ஒரு படம் சிவாஜி, தேவிகா, நாகேஷ் எல்லாம் இருப்பாங்க. ஹீரோவோட தங்கச்சி ஹஸ்பண்ட ஹீரோவே கல்லத் தூக்கி போட்டு கொன்னுட்டதா நினைச்சுக்கிட்டு இருப்பான். கிளைமாக்ஸ்ல அவன் உயிரோட வரதுதான் கதையே’

‘உக்காந்த உடனேயே கிளைமாக்ஸ் ஓட்டிட்டான். கிளைமாக்ஸ் அப்புறம் நாம் முழுப்படத்தையும் உட்கார்ந்து பார்த்தோம்’ ‘ஆமாண்டா. ஆனா நாம வந்து படத்த கதைக்காகப் போயி பார்க்கல இல்ல. ஆமா பாஸ். அப்புறம் எதுக்காகப் போயிப் பார்த்தோம். சும்மா வெட்டியா இருந்தோம். போயிப் பார்த்தோம். சீச்சீ அப்படி இல்லடா, நா உனக்கு ஒரு டயலாக் சொல்லி இருக்கேன். ஞாபகம் இருக்கா’

‘என்னா பாஸ் சொல்லியிருக்கீங்க?. சினிமா எடுக்கணும்னு முடிவு பண்ணிட்டா, முதல்ல சினிமா எப்படி எடுக்கக்கூடாதுன்னு தெரிஞ்சிக்கணும். அப்புறம்தான் எப்படி எடுக்கணும்னு முடிவு பண்ணணும். அதுக்கு அப்புறம் தான் நாம நிறைய சினிமா பார்க்க ஆரம்பிச்சோம் இல்ல. அப்படி நாம எவ்வளவோ படம் பார்த்து இருக்கோம்’ ‘அது உடுங்க பாஸ், நாம மாவா போட்டதையும், ஸ்ரீவத்சனோட சுத்துனதையும் கட்டுரையில் எழுதிக்கிட்டு’

சரி, சினிமான்னு நீ ஏதோ வாய திறந்துட்ட. இப்போ படைப்பாளி, படைப்பு, படைப்பாளிக்குச் சுதந்திரம் வேணும், படைப்புக்கு சுதந்திரம் வேணும், சுதந்திரமா அவனப் படைக்க விடணும், அப்படிங்கற மாதிரி ஒரு கட்டுரையில் சொல்லி இருக்க. படைப்புச் சுதந்திரம்னா நீ என்ன நினைக்கிற? நா ஆழமாக யோசிக்கத் துவங்கிட்டேன்.

பாலசுப்ரமணியன் என் எதிரில் இல்லாதபோது எனக்கு எந்தத் தயக்கமும் இல்லை. எதை வேண்டுமானாலும் எழுதலாம், உளறலாம் பிருத்திவிதானே என்று. ஆனால் என் எதிரில் பாலசுப்ரமணியம் அமர்ந்துவிட்ட காரணத்தால் படைப்பு, படைப்பாளி என்பதைப் பற்றி நான் சிந்திக்கத் துவங்கினேன்.

சினிமா என்ற ஊடகம் இயக்குனர் என்ற படைப்பாளியைத் தாண்டி ஒரு மிகப்பெரிய குழுவினுடைய இயக்கமாக இருப்பதை நானே அந்தத் துறையில் பணியாற்றி பார்த்தவன் தான். ஒரு கலை இயக்குனரின் கட்டுப்பாட்டில் எத்தனையோ பேர் இருப்பார்கள். ஒரு இசை அமைப்பாளரின் கட்டுப்பாட்டில் எத்தனையோ பேர் இயங்குவார்கள். இப்படி எத்தனையோ டிப்பார்ட்மெண்ட்கள் அதில் இருக்கிறது என்பதெல்லாம் தெரிந்தவர்களுக்குத் தெரியும். இயக்குனர் வசனத்தை எழுதி இருக்கலாம். கதையை எழுதி இருக்கலாம். காட்சிகளை அமைக்கலாம். நடிகர், நடிகைகளைத் தேர்வு செய்யலாம்.

இசையமைப்பாளரைத் தேர்ந்தெடுக்கலாம். ஒளிப்பதிவாளரை, நடன இயக்குனரை மற்றும் கலை இயக்குநர்களைத் தேர்வு செய்து இருக்கலாம். தனக்குத் தேவையான விஷயத்தை அவர்களிடத்தில் இருந்து பெறுவதற்கு முயற்சி எடுக்கலாம். ஆனபோதிலும் எஸ்.வி.சுப்பையா ஒரு காட்சியில் நடிக்கிறார் என்றால் இயக்குனர் மௌன சாட்சியாக கட் சொல்லாமல் போன சம்பவங்கள் பல நடந்து இருக்கும். காட்சியை விளக்கிவிட்டு ஒதுங்கி நின்று படமாக்கும் போது எஸ்.வி.சுப்பையா வெளிப்படுத்தும் அந்த நடிப்பு என்பது சுப்பையாவின் படைப்பு.

உடல்மொழியும் உச்சரிப்புகளும் அந்தக் காட்சியை மிகவும் பிரபலப்படுத்தியதோடு அல்லாமல் நிஜமாகவே கண்முன்விரியவைத்த அற்புத நிகழ்வு. இயக்குனரின் பங்கு என்பதெல்லாம் மீறி சுப்பையாவின் நடிப்பு என்கிற படைப்பே விஞ்சி நிற்கும்.

பல சமயங்களில் நாம் சினிமாவைப் பற்றியும், சினிமா ஒரு படைப்பு என்கிற ரீதியிலும் மேலோட்டமாகப் பார்த்து பேசி விடுகிறோம். இதை மிக ஆழமாகப் பார்த்தோமேயானால் பாலாவின் சமீபத்திய படமான அவன் இவனில் ஜாமிட்ரி பாக்ஸை வாயால் திறந்து பணம் எடுத்துக் கொடுக்கும் பின் வரிசைப் பெண்ணின் எதார்த்த உடல் மொழி, நம் கட்டுரையின் ஆரம்ப காலத்தில் சொல்லி வந்த மீட்டெடுப்பு, மறுமீட்டெடுப்பு, பதிவு, ஆவணம் போன்ற வார்த்தைகளை நான் முப்பது ஆண்டுகளுக்கு முன்பு தமிழ்நாடு எப்படி இருந்திருக்கும், ஒரு அறுபது ஆண்டுகளுக்கு முன்பு தமிழ்நாடு எப்படி இருந்திருக்கும். தமிழ்நாட்டில் எப்படி பேசிப் பழகி இருப்பார்கள். இந்தச் சமூகம் தன்னுடைய ஊர் அமைப்பை எப்படி வைத்திருந்திருக்கும், தன்னுடைய சமூக அமைப்பினை எவ்வாறு நிறுவியிருக்கும். இந்தச் சமுதாயத்தின் விழாக்கள், கொண்டாட்டங்கள், கேளிக்கைகள் இந்தச் சமுதாயத்தினுடைய துக்க காரியங்கள். சடங்குகள், சம்பிரதாயங்களைப் பற்றி வயதான பாட்டிகளிடமிருந்து கதை கேட்டால் காட்சிகளாக நாம் பார்த்து அனுமானிக்க முடியாத தருணங்களில் செவி வழிச்செய்திகளாகக் கேட்டுத் தெரிந்துகொண்டிருக்கக்கூடிய பாட்டி செய்திகளை எங்கேயாவது தேடிப் பிடிக்க வேண்டுமானால் அன்றைக்கு நாம் பார்த்த பழைய சபாபதி படத்தில் மாப்பிள்ளையை அழைத்துக்கொண்டு பெண் பார்க்கப் போகும் அம்மா, என்ன இங்க மேலே

தேவடியா ஆட்டம் நடக்கிறதே, என்று கேட்கும் அந்த டயலாக்கில் இருந்து பரத நாட்டியத்தின் பெயர் என்ன என்று புரிந்து கொள்ள முடிகிறது.

பின்பு மாமியார்காரி, சம்பந்தி அம்மாவிடம் ஆட்டம் கத்துண்டு இருக்கா. இப்பல்லாம் அதான் நல்லாப் போறதாமே என்று சொல்லும் அந்தப் பாங்கு திரும்பவும் அதை உறுதிப்படுத்துகிறது. சபாபதி நகைச்சுவைப் படமாக இருந்த போதிலும், அதில் நடிப்பவர்களும் (காளி என் ரத்தினம்) அவர்களுடைய உடை அலங்காரமும், அவர்கள் பயணம் செய்யும் வாகனமும், அவர்கள் வசிக்கும் வீடுகளாகக் காட்டப்படும் வீடுகளும், அவர்கள் வீட்டில் வேலை செய்யும் வேலைக்காரர்களும் இவை எல்லாமே அந்தக்கால நடுத்தர வர்க்கத்தின் ஜமீன் பரம்பரையின் வேலைக்காரர்களின் பதிவுகளாகவே என்னால் பார்க்க முடிந்தது, முடிகிறது.

ஆனபோதிலும் அல்லி அர்ச்சுனாவும், பவளக் கொடியும் அந்த கால கட்டத்தினை பிரதிபலிக்காமல் புராண இதிகாசங்களை, செவி வழிக்கதைகளை, குஜிலி இலக்கியங்களைக் கண்முன் நிறுத்துவதாக இருந்தது. சிவகவியும் ஹரிதாசும் ஹிந்து கடவுள்களை எவ்வாறு போஷித்து இருக்கிறார்கள் என்றும், சமூக அமைப்பில் இந்துத்துவத்தின் முக்கியத்துவம் எவ்வாறு விரவி இருந்தது என்பதையும் சொல்வதாக அமைகிறது.

படைப்பாளி, படைப்புச் சுதந்திரம், படைப்பு சினிமா என்பது அநேகம் பேர் ஒன்றுகூடி செய்கிற ஒரு முயற்சி. பழங்காலத் தமிழ்ப் படங்களில் இருந்து தமிழ்நாட்டில் படமெடுத்தா ஆயுசு போச்சு என்று பதிவு செய்யப்படாத காலகட்டத்தில் நிலவிய சமூக அமைப்பை மீட்டெடுக்கலாம். பல்வேறு விஷயங்கள் ஆவணப்படுத்தப்பட்டு இருப்பது அன்று இருந்த படைப்பாளிக்கு சமூகம் கொடுத்த சுதந்திரத்தினால் மட்டுமே. இன்று அவை பொக்கிஷமாகப் பாதுகாக்க நினைக்கத் தூண்டுகின்றன. இன்று படைப்பாளிக்கு இல்லாத சுதந்திரம் இன்றைய நிலைப்பாட்டைப் பதிவு செய்யுமா? எதிர்காலத்திற்கு ஒரு ஆவணத்தைக் கொடுக்க முடியுமா?

சிவாஜி பைத்தியம்

"பொன்மகள் வந்தாள்
பொருள் கோடி தந்தாள்
பூமேடை வாசம் பொங்கும் தேனாக!"

போன வாரம் பாலுவும் நானும் ஒருவருக்கொருவர் பேசிக் கொள்ளவில்லை. பேசிக்காம இருந்தது ரொம்ப நல்லதா போச்சு. நான் கிளம்பி சீர்காழி போயிட்டேன். அவரும் எங்கேயோ போயிட்டார். ஊருக்குப் போன நான், கோயிலுக்குப் போனேன்.

ஊருக்கு நடுவுல பிரதானமா கம்பீரமாக அமைந்திருக்கிற சட்டநாதர் சாமி கோயில். உள்ளப் போயி சாமி கும்பிட்டுட்டு கோயிலச் சுத்தி வரும்போது ஒரு இருவத்திரெண்டு வருஷத்துக்கு முன்னாடி அந்தக் கோயில் கும்பாபிஷேகத்தப்ப நானும் சேகரும் எங்கேயெல்லாம் பெயிண்ட் அடிச்சோம், என்னெல்லாம் செஞ்சோம்ங்கறதப் பத்தி நினச்சிகிட்டு ஒவ்வொன்னா பாத்துட்டு வந்தேன். திடீர்னு அங்க இருந்த மடப்பள்ளியப் பாத்தப்ப எனக்கு மணியோட ஞாபகம் வந்தது.

ஊருக்குள்ள கல்யாணம்னாலும் துக்கம்னாலும் ஊரைக் கூட்டி சாப்பாடு போடுறது அந்தக் காலத்துல வழக்கத்துல இருந்தது. அப்பல்லாம் சாப்பாட்டு நேரத்துக்கு கரெக்டா ஆஜராவுற பத்துபேர்ல ஒருத்தன்தான்

மணி. சினிமாவுல பல விதம் இருக்கு. பாலசுப்ரமணியம் எனக்குக் காண்பித்தப் படங்கள் என்பது பென்கரும், மெக்கனஸ் கோல்டும், டென்கமென்மெண்ட்டும் வேறு விதமானவை. தமிழ்நாட்ல படைப்புகளின் தாக்கம் அல்லது படைப்பாளியின் தாக்கம் பற்றிப் பேசுறத்துக்கு முன்னாடி மணி பத்தி சொல்லியே ஆகணும்.

மணி ஒரு சிவாஜி பைத்தியம். அறுவதுகள்ல தமிழ்நாட்ல எம்.ஜி.ஆர். மன்றமும், சிவாஜி மன்றமும் பிரபலமாக இருந்தது. சசிகுமாருக்குக்கூட மன்றம் இருந்தது. ஆனந்தனுக்கும், ரஞ்சனுக்கும் ரசிகர்கள் இருந்தாங்க. பொழுது போறதுக்கு படத்துக்குப் போனா படம்தான் வாழ்க்கைன்னு நினைக்கத் தோணுமா? வாழ்க்கையே பொழுது போக்குன்னு நெனச்சிட்டா, பொழுது போக்க படம் பார்க்கத்தான் போவணும்னு அவசியம் இல்லையே. அப்படியான மதிய சாப்பாட்டுக்கு முந்தின நேரத்துல எல்லாரும் கூடி மணியக் கூப்பிட்டு நடுவுல ஒக்கார வச்சா,

“மன்னிப்பு கேட்க வேண்டும் மனோகரன். அதுவும் அரை நொடியில், அரை நொடி என்ன அதற்குள்ளாகவே. ஆனால் யாரிடம் மன்னிப்பு கேட்க வேண்டும் தெரியுமா? கோமளவள்ளி, கோமேதகச் சிலை, கூவும் குயில், குதிக்கும் மான் என்றெல்லாம் உம்மால் புகழப்படும் இந்த கோணல்புத்திக்காரனின் கொள்ளிக் கண்களை, கொடிய நாக்கை என் கூர்வாளுக்கு இரையாகத் தந்துவிட்டு அதை எதிர்த்தால் உம்மையும், உமக்குப் பக்கத் துணையாக வந்தால் அந்தப் பட்டாளத்தையும் பிணமாக்கி இந்த சூனியக்காரிக்கு ஆலவட்டம் சுற்றியவர்களைச் சுடுகாட்டுக்கு அனுப்பி விட்டேன் என்று சுழலும் வாளுடன், சூழும் புகழுடன் என் அன்னையிடம் ஓடி மன்னிப்பு கேட்க வேண்டும்”

ஐம்பதுகளில் வெளிவந்த மனோகரா படத்தின் இந்த வசனத்தை அட்சரம் பிறழாமல் பேசினான் மணி. சிவாஜி சாரோட அத்தனை படங்களோட பேரையும் வருஷம் தவறாமச் சொல்லுவான். எந்த படத்துலேர்ந்து எந்த வசனத்தைக் கேட்டாலும் ஒரு எழுத்து மாறாமப் பேசுவான். சிவாஜி சாரோட அத்தனை படங்கள்ல பணியாற்றிய டெக்னீஷியன்களைப் பத்திகூட அவனுக்குத் தெரியும். சிவாஜி எந்த படத்துல எந்த காட்சியில என்ன சட்ட போட்டிருந்தார்னு கூட சொல்ல முடியும்.

சிவாஜி சாரோட பல விஷயங்களை ஞாபகத்துலர்ந்து உடனுக்குடனே சொல்லக் கூடியவன் மணி. தஞ்சாவூர் ஜில்லாவுல சிவாஜி சாரோட படம் எங்க ஓடினாலும் போய்ப் பார்த்துட்டு வந்துருவான். தஞ்சாவூர் ஜில்லாவுல எல்லா ஊர்லயும் ஜூபிடரும் ஸ்டாரும் இருந்த சமயம். எல்லா ஊர் தியேட்டர்லயும் மணி போனான்னா காசே வாங்காம உள்ள அனுப்பிடுவாங்க. அவன் சிவாஜி படம் தவிர வேற எந்தப் படத்தையும் பார்க்க மாட்டான். படம் பார்க்கறதத் தவிர வேற எந்த வேலையையும் அவன் செய்ததே இல்லை. சிவாஜியப் பத்தி, தப்பாப் பேசினா கல்ல எடுத்து அடிச்சி மண்டைய ஒடச்சிடுவான்.

படைப்பு தனிமனித பாதிப்பு. சமுதாயத்திற்கான பொதுமைப் பண்பு, சினிமாவின் தாக்கம் எத்தனையோ நல்ல கருத்துகள் வீணடிக்கப்பட்டு, புறந்தள்ளப்பட்டு அவரவர்களுக்கு இணக்கமான அவரவர்களுக்கு விருப்பமான, அவரவர்கள் எண்ணங்களுக்கு வலு சேர்க்கும் விதமான சினிமாவைக் கையகப்படுத்திப் "படத்துலேயே சொல்லிட்டான்டா" என்கிற வார்த்தைகளோடு தங்கள் கருத்துக்கு வலு சேர்க்கும் முயற்சி தானேயன்றி, சினிமாவின் படைப்பின் தாக்கம் ஆரோக்கியமான, வலுவான, பொருளாதார, சமூக அரசியல் விழிப்புணர்வுடன் கூடிய சமுதாயத்தை உருவாக்கியதா? என்றால் நிச்சயமாக இல்லை என்ற பதிலை உரத்த குரலில் நாம் எல்லோருமே சொல்வோம்.

சாமிபடம் எடுத்தா பக்தி வளந்துரும்னோ, அரசியல் படம் எடுத்தா விழிப்புணர்வு வந்துரும்னோ அர்த்தம் இல்ல. நாம என்ன விரும்பறோமோ அத நீ கொடுத்தா நாங்க ஒத்துப்போம், பேசுவோம், கொண்டாடுவோம். எங்களோட எண்ணத்துக்கு எதிரான விஷயங்களைச் சொன்னா கண்டுக்காம காயப்படுத்தி அழித்து ஒழிப்போம், பலபேர் காணாமல் போனதைப் போல.

இன்றைக்கும் இந்தச் சமுதாயத்தின் நிலைப்பாடு முப்பது ஆண்டுகளுக்கும் மேலாக சிவாஜி பைத்தியம் மணியைக் குறியீடாக கொண்டது தான். உழைப்பில்லாமல் பொழுது போக்கிற்காக மட்டுமே வாழும் மிகபெரிய சமுதாயமாக உருவெடுத்துவிட்டதை யார் மாற்ற முடியும்? சிந்தனை செழுமையற்ற, செழுமைப்படுத்த முயன்றாலும் மறுக்கும் பெரும் கூட்டத்தால் கொண்டாடப்படும் சிந்தனையாளர்கள், சிந்தனையாளர்களா? கொண்டாடப்படாமல் இருப்பதே பெருமையும் பெரும் பாக்கியமும் ஆகும்.

ஃபோட்டோஸ் ஆஃப் காட்ஸ்
சைஸ் - 40 x 40
பிரிண்ட் ஆன் ஆர்க்கேவல் பேப்பர்
2005 - 2012

ஆடும் புறாவும் பாடும் குயிலும்

"நீலக்கடலின் ஓரத்தில்
நீங்கா இன்ப காவியமாம்
காலத்திரையில் எழில் பொங்கும்
கனகக் கருணை ஓவியமாம்"

ஜெசிந்தா டீச்சர். எனக்கு மிகப் பெரிய மரியாதையும் எனக்குள்ள அழகுணர்வையும் விதைச்சவங்க அவங்கதான்.

சீனிவாசன் காசுக்காக தேங்கா, மாங்கா, அரிசி எல்லாம் திருடி வித்துக்கிட்டு இருந்த காலம். அவங்களுக்குத் தோப்பும், நிலமும் ஜாஸ்தி. எவ்வளோ திருடினாலும் வீட்டுக்குத் தெரியாது. திருடின காசுல என்ன செய்வான்? அது அவனுக்கே தெரியாது. என்ன வேணா செய்வான்.

டேய் இப்ப அழகுணர்வ பத்திப் பேசப் போறியா? கிருஷ்ண அவதாரம் பத்திப் பேசப் போறியா?

பாஸ் நான் பேசப் போறது அழகுணர்வப் பத்திதான்.

டான்பாஸ்கோ சாரின் வீட்டினுள் நுழைந்ததுமே ஒரு மிகப் பெரிய கூண்டில் லவ்பேர்ட்சும் தேன் சிட்டும் அழகாகப் பாடிக் கொண்டிருக்கும்.

கொல்லைப் புறத்தில் மல்லிகைக் கொடியும் புறாக்களும் அந்த வீட்டின் அழகை மேலும் அழகாக்கும்.

நானும் அமுல்ராஜீம், பெர்னாண்டசும், ஜோசப்பும், தாமசும் அந்த வீட்டில் ஒன்றாகவே வளர்ந்தோம். பெரிய ஜோசப்பின் அன்றாடம் துடைக்கப்பட்ட சைக்கிள் எவ்வளவு அழகோ அவ்வளவு அழகு சாரும் டீச்சரும் கேரம் விளையாடுவது.

குதூகலமான மனநிலைக்கு நறுமணமும் இயல்பான அலங்காரமும் எவ்வளவு முக்கியமோ அவ்வளவு முக்கியம் வாழ்வியலுக்கு வீடும் வீட்டின் சூழலும். ஒரு நாள் டீச்சர் எனக்கொரு சுருவம் வாங்கித் தந்தார்கள். ரொம்ப நாள் அதனை நான் அணிந்து கொண்டிருந்தேன். பன்னீர் மாமாவும் அல்போன்சாவும் அடிக்கும் ரகளைக்கு அளவே இல்லை.

வீட்டின் சூழலுக்கு லவ் பேர்ட்சும் புறாவும் மல்லிகைக் கொடியும் அழகினை ஊட்டின என்றால், டீச்சரின் கருணையும் சாரின் பாசமும் எங்கள் அனைவரின் மனநிலையிலும் தன்னம்பிக்கையையும் தைரியத்தையும் கருணையையும் அழகியலையும் விதைத்து வளர்த்தது என்றால் மிகையாகாது.

அழகியல் என்பது தத்துவார்த்தப்படி சத்தியம், சிவம், சுந்தரம். சத்தியம் அகத்தின் உண்மைத் தன்மையையும், சிவம் பரம்பொருள் எனும் மாயையையும், சுந்தரம் புற அழகியலையும் கூறுவதாக எடுத்துக் கொள்ளலாம்.

இந்திய அழகியல் கலைகளில் வெளிப்பாடு, சிற்பம், ஓவியம், நடனம், இசை ஆகியவற்றில் அகம், புறம், மாயை சார்ந்த ஆன்மீக மற்றும் நம்பிக்கை அடிப்படையில் ஆன அழகியல் வெளிப்பாடுகளேயாம்.

வட்டாரம் சார்ந்த வாழ்வியல் கோட்பாடுகளில் உழன்று திளைத்த கலைஞர்களின் கலை வெளிப்பாடு என்பது தனிமனிதனின் மனநிலை சார்ந்ததாக இருப்பதோடல்லாமல் கலப்புக்கலாச்சாரத்தின் பிரதிபலிப்பாகவும் விளங்குகிறது.

200 ஆண்டுகளுக்கு முன்பே சீர்காழியில் 'கோதிக்' முறைப்படி கட்டப்பட்ட சர்ச்சும் உண்டு. திராவிடக் கலையில் கட்டப்பட்ட கோயிலும்

உண்டு. என் வயதொத்த தலைமுறையினருக்கு டர்னரையும் தெரியும், இந்தியாவில் ராசாவையும் தெரியும். படைப்பின் அழகியல் என்பது தனி மனிதப் பயணத்தின் வாழ்வியலின் உள்வாங்கலும் வெளிப்பாடும் ஆகும்.

ரசனை மேம்பட்டதாகப் படைப்பாளிக்கு இருக்குமேயானால் மேம்பட்ட ரசனையுடன் கூடிய படைப்பு வெளிப்படும். மேம்பட்ட ரசனையை வளர்க்கக் கூடியதாக அமையும் ரசனையுடன் கூடிய வாழ்வியல் சூழலால் மட்டுமே மேம்பட்ட அழகியலைக் கொண்ட படைப்புகளைப் படைக்கும் படைப்பாளியைச் சமூகத்திற்காகத் தரமுடியும்.

ஜெசிந்தா டீச்சரின் ரசனையும் மனநிலையும் மேம்பட்டதாக இருந்ததால் இன்று சமூகத்தில் மேம்பட்ட ரசனையுடைய படைப்பாளிகள் கிடைக்கிறார்கள். வீட்டின் சூழல் அழகியல் சார்ந்ததாக இருக்குமேயானால் நாடு நாகரீகச் செழுமையுடைய மேம்பட்ட அழகியல் கொண்டதாக விளங்கும் என்பதில் ஐயமில்லை.

மேலவீதியில் ஒரு வீடு. பக்கத்துல செட்டியார் சத்திரம். சத்திரத்தோட முகப்பு சரஸ்வதி சிலையும் யானையும் வெச்சு நுணுக்கமான வேலைப்பாடுகளோடு ரொம்ப அழகாயிருக்கும். வீட்டோட முகப்புல போலீஸ்காரன் சிலை, சேவகன், ராஜா பொம்மை எல்லாம் வச்சு, அதுவும் பார்க்க அவ்வளோ அழகாயிருக்கும். உள்ள போய் செவுத்தத் தடவிப் பார்த்தா கை வழுக்கும். முகம் தெரியும்.

இவ்வளோ அழகான வீடுகளும் சத்திரமும் 30 வருஷத்துக்கு முன்னாடி வரைக்கும் தமிழ்நாட்டின் எல்லா ஊருலேயும் கட்டறத்துக்கும் பராமரிக்கவும் ஆளுங்க இருந்தாங்க. போட்டி போட்டுக்கிட்டு வீட்ட அழகுபடுத்தற மனநிலையில சந்தோஷத்தக் கொடுக்குறதா அமைஞ்சிருந்த விதம் இன்னிக்கு எந்த வீடாவது அழகுணர்வோட கட்டப்பட்டு பராமரிக்கப்படுதா? அலங்காரம் பண்ணப்படுதா?

ரீவிஸ்ன்னு ஒரு இளவயசுப் பையன், கட்டிடக் கலை படிக்கிறான். கூப்பிட்டு கேட்டேன். ‘அடப்போங்க சார், போற வேகத்துல நான் என் டூ வீலர்லே குடும்பம் நடத்துவேன்னு நினைக்கிறேன்’ அப்படிங்கறான்.

மொதல்ல இடம் இருந்தாதானே வீடக் கட்டறத்துக்கு, வீடு கட்டுனாலும் நீங்க சொல்ற மாதிரி ஆனந்தம், கலை, கலாச்சாரம், அழகியல், அழகுணர்வு எல்லாத்தையும் வித்துட்டுதான் கட்டியாகணும்ற நிலமை.

"10 அடி அகல சந்துல 5 அடிக்கு 5 அடி நீட்டு இடம் வாங்கி தீப்பெட்டி சைசுல வீட்டக் கட்டி முடிச்சுட்டு பாத்தா என்னோட பேரன் காலேஜ்ல சேர்றத்துக்கு இந்த வீட்ட விக்கணும்னு சொல்ற நிலமை தான் இன்னிக்கு. அழகியலாவது? அழகுணர்வாவது?"

குறியீட்டு மொழியில் கீழ்வாளை

பாலுவும் நானும் அண்ணாசாலையில் நடந்து போய்க் கொண்டிருந்தோம். ஸ்ரீவத்சனாவது மாவா வாங்கிக் கொடுத்து நடத்தியே பல்லாவரத்திலிருந்து கூட்டி வருவான். பாலுவுக்கு அப்படி ஒரு பழக்கம் இல்லாததால் வெறும் வாயில் அவல் மென்று கொண்டு நடந்தோம். அன்றைக்கு எங்களுக்குக் கிடைத்தது அவல்தான், இசைக்கு மொழி முக்கியமா? படம் போட்டா, போட்ட படத்தைப் பத்தி மத்தவங்க கேக்குற கேள்விக்குப் பதில் சொல்லணுமா?

தனபால் சார் பிரிட்டிஷ் கவுன்சில்ல ஒரு ஷோ வச்சிருந்தாங்க. நானும் பாலுவும் அத பாக்கத்தான் நடந்து போயிட்டுருந்தோம், அங்க போனதுமே நாங்க ரெண்டு பேரும் தனித்தனியா பிரிஞ்சி, அங்க காட்சிப்படுத்தப்பட்ட சிற்பங்களையும் ஓவியங்களையும் பார்க்க ஆரம்பிச்சோம். திரும்பவும் ஒண்ணாச் சேர்ந்து பார்த்துட்டு வந்ததத் திரும்பத் திரும்பப் பார்த்து அசை போட்டோம்.

கோட்டோவியம், வண்ணக் கலவைகளால் ஆன ஓவியம், கொலாஜ் எனப்படும் ஓவிய வகை சிற்பங்கள் என்று பல்வேறுபட்ட ஊடகங்களால் வெளிப்படுத்தப்பட்ட படைப்புகளைக் கண்ணுற்றோம். சில படைப்புகள் மிகுந்த மகிழ்ச்சியைத் தந்தன. சில வகைகள் கோபமூட்டின. இப்படி

கலவையான உணர்ச்சிகளை எங்களுக்குள்ளே ஏற்படுத்திய படைப்புகளைப் பற்றி பொதுவான கேள்வியை பாலுவிடம் கேட்டேன்.

'ஏன் பாஸ் இதுல என்ன பாஸ் சொல்ல வர்றாரு?' 'நானும் இப்படித்தான் கேட்டேன். எனக்குப் பேசத் தெரிஞ்சா பேச்சாளன் ஆயிருப்பேன்' என்று ஒரு பதில் வந்தது. 'அப்படின்னா நாம எதையாவது, புரிஞ்சிக்கலாமா? பசுமாட்ட எருமன்னும், எருமைய ஆடுன்னும் புரிஞ்சிகிட்ட மாதிரி ஆயிட்டா என்ன பண்றது?'

'இன்னொரு தரம் சொல்லு. மொழி உயிருக்கும், பொருளுக்கும் பெயர் வைக்குது. அதே மொழியில் இருக்குற பெரும் கூட்டம் அந்த பேரச் சொன்னா புரிஞ்சிக்குது. எந்த எருமையும் தான் எருமன்னு எழுதித் தொங்க வுட்டுக்கல, எந்தப் பசுவும் தமிழ்ல எழுதிக்கிட்டு பொறக்கல. குஜராத்துல, பீகார்ல, டென்மார்க்கல இருக்குற கால்நடைகளுக்கு அங்க புழங்கற மொழியில அவங்க தனியா பேர் வச்சிருக்கிறாங்க'

மொழி ஒரு வட்டாரக் குழுக்களின் புரிந்துணர்வு பரிமாற்றம். படைப்பு, படைப்பாளனையும் தாண்டி உலக பொதுமையான தரத்தில் வெவ்வேறானவர்களுக்காக வெவ்வேறுபட்ட நேரங்களில் பலவிதமான உணர்ச்சிகளை மொழிகளைத் தாண்டி ஏற்படுத்துவதன் பெயர்தான் படைப்பு. காட்சிக் கலையின் உன்னதம்'

இப்படி நீங்க சொல்றத பார்த்தா தெலுங்கையும், இந்தியையும் தாய்மொழியா கொண்டவங்க தமிழ்ப் படத்துக்கு பாட்டு பாடினா பாட்ட கேக்குறவங்களுக்குப் பாடினவங்களோட தாய்மொழியப் பத்தி எந்தக் கவலையும் வேண்டாம். பாட்டு கேக்குறதுக்கு நல்லா இருக்கான்னு மட்டும்தான் பார்க்கணும். இப்படி லதா மங்கேஷ்கரோட பாடல்கள் நம்மள வசீகரிச்சிருக்கு. எத்தனையோ நடன மேதைகளின் நடனங்கள மொழி, இனம், மதம் கடந்து நம்மாளல ரசிக்க முடிஞ்சிருக்கு.

ஷோலேவும், பாபியும் மொழியக் கடந்து இன்னைக்கும் நாம பாத்து சந்தோஷப்படறோம்னா படைப்புக்கு மொழி முக்கியம் இல்லன்னு தான் அர்த்தம். இந்த இடத்துல நான் இன்னொன்னையும் சொல்லணும்னு நெனைக்கிறேன். மொழிக்கு முன்னாடி நம்முடைய மூதாதையர்கள்

பாறைகள்ல ஓவியங்களைத் தீட்டி குறியீடுகளாகத் தங்களுடைய எண்ணங்களைப் பகிர்ந்துக்கிட்டு இருக்காங்க.

இதுக்கான சிறந்த உதாரணம் கீழ்வாளை. விழுப்புரம் திருவண்ணாமலை ரோட்ல கிடாருக்குப் பக்கத்துல கீழ்வாளை அப்படிங்கற கிராமம் இருக்கு. 91-ல பொழுது போகாம ஊர் சுத்திக்கிட்டு இருந்தப்ப பல்லாவரம் மலைத் திருவிழாவுக்கு நானும், மஞ்சுவும் பெரியக்காவும் மேல ஏறிப்போயி நபிகளோட ஜிப்பாவப் பார்த்துட்டு கீழ வரும்போது மணி மாமாவோட ஊருக்கு சில்வர் பிளஸ்ல ரவியுடன் கிளம்புனேன்.

கீழ்வாளைக்குப் போறதுக்குள்ள போதும் போதும்னு ஆயிடுச்சு. ராத்திரி அங்கேயே தங்கிட்டு ரெண்டு மூணு நாளு அந்தப் பாறை ஓவியங்களைச் சுத்திப் பார்த்து, தொல்பொருள் துறைக்கு போட்டோ எடுத்துக்கிட்டு சந்துரு சார்கிட்டயும், பாலுவிடமும் இந்தப் பயணம் பத்தி சிலாகிச்சுப் பேசிக்கிட்டு இருந்தேன்.

படைப்பு, மொழிக்கு முந்தைய காலங்களின் ஒரு தொடர்பு சாதனமாக இருந்ததில் இருந்து நாகரிகத்தின் வளர்ச்சியால் சிறிது சிறிதாகச் செழுமையடைந்து மொழி, மதம், இனம் கடந்து மனிதன் நாகரிகத்தின் உச்சியைத் தொடுவதற்காக சிந்தனை வளத்தை, பண்பாட்டை, அமைதியை, அழகுணர்வைக் கொடுப்பதோடு அல்லாமல் இன்று சமகால கலை என்பது சிந்தனையைத் தூண்டும் விதமாக அமையப் பெற்றிருப்பது அறிவு ஜீவிகளுக்கானது மட்டுமல்ல, அன்றாட வாழ்விற்கு அல்லாடுபவர்களிடம் பொழுது போக்கிற்காக மட்டுமல்ல, இந்த சமுதாயத்தின் மேன்மைக்காகவும்தான் என்பதைப் புரிந்துக்கொண்டால் இந்தப் படம் என்ன சொல்கிறது என்ற கேள்வியின் அரசியலைத் தவிர்த்து நமக்கும் படத்திற்குமான இடைவெளியைக் குறைக்கும் முயற்சியே நிஜமான தேடுதலின் உண்மையெனப் புரியும்.

ஃபோட்டோஸ் ஆஃப் காட்ஸ்
சைஸ் - 40 x 40
பிரிண்ட் ஆன் ஆர்க்கேவல் பேப்பர்
2005 - 2012

உதார் கமிட்டி பாலுவும் ரேபான் கிளாசும்

92-ம் வருஷம் மெட்ராஸ் ஏர்போர்ட்ல ஒரு ஒன்மேன் ஷோ வைக்கிறதுக்கு புக் பண்ணிட்டு வந்தேன். ஊர்ல இருந்து ஸ்டக்ச்சர் அடிக்கிறதுக்கும், ஃபிரேம் பண்றதுக்கும் முத்தரசன் வந்து இருந்தான். சமைக்கிறதுக்கு கணேசனும், மத்த வேலைக்கு உ.க.பாலுவும் இருந்தாங்க. பாலுவும் நானும் என்னோட பெயிண்டிங் பத்தி மட்டும் தான் பேசுவோம். என்னோட எப்போதும் எங்க போனாலும் நாலு பேரு இல்லாம இல்ல.

2007 மும்பைல ஜஹாங்கிர்ல எங்களோட ஷோ முடிஞ்சு ஊருக்கு வரதுக்கு ஏர்போர்ட்டுக்குள்ள போனா, நா கேட்ட கேள்வி 'ஏங்க டிரெயினு கரக்ட் டைமா?' எல்லாரும் சிரிச்சுட்டாங்க...

90-ல எக்மோர் ஸ்டேஷன்ல உக்காந்து வரைய ஆரம்பிச்சா நாள் போறதே தெரியாமா, வரைஞ்சுகிட்டு இருப்போம். சிலை செய்யுறது, படம் வரையிறது, வடிவமைக்கிறது இதுல ஒவ்வொண்ணுக்கும் நிறைய ஒத்துமையும் இருக்கு. வேற்றுமையும் இருக்கு. நானும் இன்னொரு நானும் மாதிரி.

ஆழ்மனதின் பதிவுகள் பிரதிபலிப்புகள் பற்றிய என் உரையாடலின் தேடல்தான் ஏர்போர்ட்டும் ரயில்வே ஸ்டேஷனும். அன்றாடம்

பழக்கப்பட்ட உள் வாங்கப்பட்ட இடம் என்ற போதிலும் சத்ரபதி சிவாஜி ஏர்போர்ட் புதிதாக ஸ்டீல் ஸ்ட்ரக்சரில் உருமாறி நின்ற போது உள்ளே போன எனக்கு எல்லோரும் நகைக்கும் படியான வெளிப்பாடு எக்மோரின் இரும்பு பாதிப்பும் மெட்ராஸ் ஏர்போர்ட்டின் சிமெண்ட் பாதிப்பும் தந்த ஷணநேர குழப்பமே அன்றி வேறொன்றும் இல்லை.

தமிழகக் கோவில்களில் திருபுவனம் சுதை வேலைப்பாடுகளில் மிக அழகாகக் காட்சி தரும் தாராசுரம், தஞ்சாவூர், மகாபலிபுரம் கோயில்கள், கருங்கல் வேலைப்பாடுகளில் மிளிரும் மிரட்டும். வைக்கம், குருவாயூர், குலசேகரம் போன்ற எண்ணற்ற கேரளக் கோவில்கள் மர வேலைப்பாடுகளில் மேன்மையானவை. எனக்கு தெரிந்து அநேக சிறு தெய்வ வழிபாடுகள் மண்ணாலான வெட்டவெளி வழிபாடுகளாகவே இன்றும் அழகுற இருக்கிறது. எந்த ஒரு கோயிலுக்குள்ளும் கண்ணாடி பள்ளியறை கண் கொள்ளாக்காட்சி.

கும்பகோணத்துக்குப் பக்கத்துல திருவலஞ்சுழி பிள்ளையாரு கடல் நுரையோட சேர்ந்த கிளிஞ்சல்களோட செய்யப்பட்டு இருப்பார். திருப்போரூர் முருகன், மாசிலாமணீஸ்வரர் திருமுல்லைவாயிலில் சுயம்புவாக காட்சி தருகிறார், சிதம்பரம் நடராஜர் பஞ்சலோகத்திலும், உத்ரகோசமங்கையில் மரகதக் கல்லில் நடராஜரும், சீர்காழியில் தோணியப்பர் சுதை வேலைப்பாட்டிலும் தஞ்சை பெரிய கோயிலில் மிகப்பெரிய கருங்கல்லால் ஆன சிவலிங்கமும், பல கோயில்களில் மரத்தினால் ஆன உருவ வழிபாடும், பழனியில நவபாஷாண முருகரும் வழிபாட்டுச் சிலைகளாக, பல்வேறு மெட்டீரியல்களில் அமையப்பெற்று இருப்பது உற்று, உரக்க சிந்திக்க வேண்டிய ஒன்று.

பழங்கால வரலாற்றுச் சிதைவுகள் சுடுமண் சிற்பங்கள் மூலம் பண்டைய நாகரீகத்தில் மெட்டீரியல் பயன்பாட்டில் முன்னோடியானவர்கள் இருந்து இருப்பதை எடுத்துரைக்கிறது.

ஓவியம், கைலாசநாதர் கோயிலில் வரையப் பயன்படுத்தப்பட்டு இருக்கும் மெட்டீரியலுக்கும் இன்று பயன்பாட்டில் உள்ள வண்ணங்களுக்கும் சித்தன்ன வாசல், அஜந்தா, பனமலை என இவ்விடங்களில் பயன்பட்டு இருப்பவற்றிக்கும் மிகுந்த வித்யாசம் உண்டு.

ஒரு படைப்பாளி ஊடகத்தைத் தேர்வு செய்த பின்பு எதைக் கொண்டு படைப்பது என்பதற்கு ஒரு சில விஷயங்கள் மூலம் தெரிவு செய்து இருக்கலாம் என்கிற அனுமானம் பல காலகட்டங்களில் பொய்த்துப் போவதும் உண்டு. புத்த விகாரங்கள் தமிழ்நாட்டில் அடையாளமற்று அழிந்து போய்விட்டன. ஆனால் சமணப் படுக்கைகள் மலை இடுக்குகளில் அமையப் பெற்றதால், நாம் பெரு முயற்சி எடுத்து கல்குவாரி ஆக்கி அழித்துப் பார்த்துவிட்டோம். அப்படியும் சில எஞ்சிவிடுகிறது அடுத்த தலைமுறைக்கு.

மர வீடுகள், சிற்பங்கள், செட்டிநாட்டு வீடுகள் கணக்கில் அடங்கா செட்டியார் சத்திரங்கள் நொடித்துப்போன காப்பாளர்களுக்கு இவை பிரித்து விற்கப்பட்டு முதலீடுகள் ஆன போதிலும் ஒருங்கிணைந்த அடையாளத்தை இழந்த போதிலும் வாங்கப்படுபவர்களால் தனித்த அடையாளம் ஆகிப்போவதைத் தடுக்க முடியவில்லை. சுதை வேலைப்பாடு செய்பவர்களைப் புறக்கணித்துவிட்டு சம்பந்தமில்லாத வர்களைக் கொண்டு புனரமைக்கப்படும் கோயில் கோபுரங்களால் எப்படியோ தப்பிப் பிழைக்கும் ஒன்றிரண்டு கோபுரந்தாங்கிகளும், பூத கணங்களும் பழங்கால சுதை நேர்த்தியைப் பறைசாற்றி விடுவது தவிர்க்க முடியாததாகப் போய்விடுகிறது.

எவ்வளவுதான் ஐம்பொன் சிலைகளைக் கடத்தினாலும் ஏதாவது ஒரு கலாரசிகரிடத்தில் தனி நபர் சாட்சியாக சோழர் காலத்தையும், நாயக்கர் காலத்தையும் பறைசாற்றும். அக்கால நாகரீகத்தை, அழகியலை உலகிற்கு எடுத்துக்காட்டிவிடுவது கவலை அளிக்கிறது. மரகதக்கல்லும் இன்னபிற பொக்கிஷங்களும் மூடு மந்திரமாக இருக்கும்வரை கலையை மிஞ்சிய, தலைமுறை தாண்டிய ஒரு செழுமையான நாகரீகத்தின் சாட்சி எவ்வளவுதான் டிஸ்டம்பர் அடித்து மறைத்தாலும் உடைந்துபோன சுடுமண் பானை ஓடுகளிலும் கூட மீண்டும் மீண்டும் உயிர்ப்பித்து தன்னைத்தானே நிலைநிறுத்திக் கொள்ளும். மெட்டீரியலையும், படைப்பாளியையும் தாண்டியது தமிழ் அழகியல்.

பச்சைக்கலரில் காய்த்த மாங்காய்!

பதிப்பு ஓவியங்களைப் பத்தி சீனிவாசனுக்கு மிகுந்த ஆர்வம் இருந்தது. எப்ப பார்த்தாலும் அதபத்தியே திரும்பத் திரும்ப பேசுவான். எனக்கு என்னோட பென்சில் வாட்டர் கலர் மேல மட்டும்தான் நாட்டம் இருந்தது. நாங்க இரண்டு பேருமே வெவ்வேற தளங்கள்ல இயங்க ஆரம்பிச்சோம். எனக்குக் கடிதம் எழுதறது ரொம்பப் பிடிக்கும். எங்க வீட்டு மரத்துல மாங்காய் காய்ச்சாகூட நாலு பேருகிட்ட கூப்பிட்டு உலகத்திலேயே இது அதிசயமான மாங்காய், ஃபஸ்ட் டைம் இந்த மாங்காய் பச்ச கலர்ல காய்ச்சி இருக்கு அப்படின்னு எல்லாம் பேசி எதிராளிய முட்டாள் ஆக்குறதுல எனக்கு ஒரு சுகம் உண்டு. என் பேச்சுல மயங்கி முட்டாள் ஆனவங்க பலபேர் உண்டு, சீனிவாசனத் தவிர. எனக்கு இது ஒரு மிகப்பெரிய குறையாவே இருந்தது. முட்டாள் ஆக்கணும்னு நெனச்சு அவன்கிட்ட சொன்னேன். பிரிண்ட் மேக்கிங்ல நீ ஏதாவது செய்யணும், உன்னால் செய்ய முடியும்.

ஆர்.பி. பாஸ்கர், ஏ.பி. பன்னீர் செல்வம். ஆர்.எம். பழனியப்பன் போன்ற நீண்ட வரிசையுடைய சென்னை கலை பாணியின் ஜாம்பவான்களான இவர்களிடம் போய் விட்டான். என்னால அவன முட்டாள் ஆக்க முடியவில்லை. பிரிண்ட்மேக்கிங் என்பது பல பரிணாமங்களைக் கொண்டது. செப்புப் பட்டயங்கள் செய்யப்பட்ட போது

தமிழ்நாட்டில் பதிப்பு என்பது உருவாகிவிட்டது. பின்பு கொய்லோனில் 1579-ல் தமிழின் முதல் புத்தகம் அச்சிடப்பட்ட போது பதிப்புக்கலை பரிணாம வளர்ச்சி அடைந்து 1612-ல் டேனிஷ் அரசால் தரங்கம்பாடியில் நிறுவப்பட்ட அச்சுக்கூடம் பதிப்போவியத்திற்கான அடுத்த பரிமாணத்திற்குச் சென்றது. அன்று முதல் மதபோதகப் புத்தகங்களும், பல அரிய மருத்துவப் புத்தகங்களும் அச்சிடப்பட்டு அதற்குத் தேவையான விளக்கப் படங்கள் அச்சில் ஏறியதில் இருந்து தமிழகத்தின் பதிப்போவியக் கலை துவங்குகிறது.

உட்கட், எட்சிங். டிரைபாய்ன்ட், லித்தோகிராபி, என்கிரேவிங் போன்ற பல்வேறு முறைகளில் பதிப்போவியமாகச் செய்யப்பட்டு வந்தது. மேலே சொல்லியவை அனைத்தும் பதிப்போவியம் செய்யும் முறைகளின் பெயர்களாகும். இந்த முறைகளைப் பயன்படுத்தி படங்கள் அச்சிடப்பட்டு வெளியிடப்பட்டுள்ளன. இவ்வாறு அச்சிடப்பட்ட படங்கள் ஏசுகிறிஸ்து, சிவபெருமான், மஹாவிஷ்ணு போன்ற கடவுள் உருவங்களாகவோ மருத்துவர்களுக்கான விளக்கப் படங்களாகவோ, வியாபாரிகளுக்கான விளம்பரப் படங்களாவோ கதைகளுக்கான கதை விளக்கப் படங்களாகவோ இருந்து இருக்கிறது. இவ்வாறான படங்களில் ஒரு ஒழுங்கும் நேர்த்தியும் அழகும் உள்ளதை உள்ளபடியே சொல்லும் நிஜத்தின் பிரதிபலிப்புகளாகவும் இருந்து வந்துள்ளது.

சென்னை கலாபாணி என்பது பதிப்போவியத் துறையில் கால்பதித்த போது செய்முறையில் எவ்வித மாற்றமும் இன்றித் தொடரப்பட்டு, வெளிப்பாடான செய்பொருள் மிகப்பெரிய மாற்றத்திற்கு உள்ளானது. நாம் மிகுந்த அழகான ஒரு வரலாற்றுப் பின்னணியில் வாழ்ந்த போதிலும் நவீனச் சிந்தனை சார்ந்து சிந்திக்க ஆரம்பித்ததென்னவோ கே.சி.எஸ். பணிக்கர் காலத்திற்குப் பின்புதான்.

அப்படி ஒரு மாற்றம் ஏற்பட்ட காலகட்டத்தில் ஆர்.பி.பாஸ்கர் அவர்கள் மூலமாக பதிப்போவியக்கலை மாற்றம் பெற்றது. இதுவரை பயன்பாட்டுப் பொருளாகவும் விளக்கப் படங்களாகவும் இருந்து வந்த பதிப்போவியத்தின் பாடுபொருளை பாஸ்கர் அவர்களின் காலம் மாற்றி அமைத்தது. சிந்தனையும் வெளிப்பாடும் அதில் முக்கியம் ஆக்கப்பட்டு படைப்பாளிக்குச் சுதந்திரம் தரப்பட்டது. பதிப்போவியத்தின் செய்முறை நேர்த்தியின் உச்சத்தை ஆர்.எம்.பழனியப்பன் கைக்கொண்டு

சிந்தனையில் மிகப் பெரிய புரட்சியை ஏற்படுத்தி உலக அரங்கில் சென்னை பாணி பதிப்போவியத்திற்குத் தனி அந்தஸ்தைப் பெற்றுத்தந்தது, பதிப்போவியத்திற்குக் கிடைத்த மிகப்பெரிய நம்பிக்கை.

பதிப்போவியங்கள் பலராலும் தொடரப்பட்டு இன்றும் ஏராளமான இளைஞர்கள் நம்பிக்கையோடு இந்தத் துறையில் தங்களை ஈடுபடுத்திக் கொண்டு உள்ளனர். பதிப்போவியத் துறை அடுத்த நிலைக்கு எடுத்துச்சென்று கொண்டு இருப்பது இந்த இருவர் தந்த நம்பிக்கையால் மட்டுமே. இது மாங்காய் பச்சை கலரில் காய்த்து இருக்கிறது என்பது போன்ற முட்டாளாக்கும் முயற்சி அல்ல. வெகு இயல்பான வரலாற்று உண்மை.

சீனிவாசன் முட்டாளாகாமல் விழித்துக்கொண்டது இதனால்தான். அவன் விழித்துக் கொண்டதில் இருந்து நான் என்னை அறிவாளியாக பாவித்து மற்றவர்களை முட்டாளாக்க முயல்வதை கைவிட்டுவிட்டேன். காரணம் சீனிவாசனைப் போல் யாரும் விழித்துக் கொண்டால் அறிவுசார்ந்த சான்றோர் சபையில் நான் முட்டாளாகிவிடுவேனோ என்கிற பயம்தான்.

எந்த ஒரு செவ்வியல் கலையும் சிதைவுறாமல் நவீன மயம் ஆகாது. நவீனத்துவத்தை ஆட்கொள்ளும் பொழுது செவ்வியல் கலைப் படைப்புகளை அழித்தொழிக்க வேண்டிய அவசியம் இல்லை. மதராஸ் கலைப்பள்ளியில் பயின்ற மாணவர்கள் கல்லூரியின் நாட்களில் பயிற்சி செய்த படங்களைப் பின்னாளில் அவர்கள் ஓவியர்கள் ஆனபின் கிழித்தெறிய வேண்டிய அவசியமில்லையே.

சிந்தனையின் மாற்றம் வாழ்வியலின் மூலம் அவரவர் கலைப் படைப்புகளில் வெளிப்பட்டு நவீன கலைப் படைப்புகளாக அறியப்படுவது சமுதாயத்தின் பண்பாட்டு நாகரீக வளர்ச்சிக்குப் பேருதவியாய் இருப்பது போல் தான், நம் வரலாற்றுச் சின்னங்களையும் நாம் கடந்து வந்த கலைப் படைப்புகளையும் போற்றிப் பாதுகாப்பதும் முக்கியமானதாகும். எண்ணங்கள், சிந்தனைகள், செயல்பாடுகள் சிதைவுற்று மறு உரு கொண்டால் வளர்ச்சி. மாறாக அடையாளங்கள், நிகழ்வுகள், இருப்புகள் சிதைக்கப் பட்டால், அழிக்கப்பட்டால் அது வீழ்ச்சி. நாம் வளர்ச்சிப் பாதையில் பயணிக்கும்போதும் சிந்தனை மாற்றங்களை வரவேற்கும் வேளையில் தொன்மைகளையும் பாதுகாத்து வளர்த்தெடுக்க வேண்டும்.

ஃபோட்டோஸ் ஆஃப் காட்ஸ்
சைஸ் - 40 x 40
பிரிண்ட் ஆன் ஆர்க்கேவல் பேப்பர்
2005 - 2012

கீழ்நோக்கிய சிவப்பு முக்கோணம்

பாம்பேல சாப்பாட்டுக்காகக் காலையில ஒரு எட்டு மணிக்கெல்லாம் கிளம்பிப் போனோம். மெட்ராஸ்ல இருக்கிற மாதிரி பொங்கல் வடை வாங்கிக் கொடுப்பதற்கு ஆள் இருந்தாலும், எனக்கு பொங்கல் வடை சாப்பிட இஷ்டம் இல்லாமப் போச்சு. பாம்பே ஒரு நவநாகரீக உலகம். பல தடவை போய்ட்டு வந்திருந்தாலும், எந்த புது விஷயம் அறிமுகம் ஆனாலும், அது உடனே பாம்பேவுக்கு வந்துவிடும். டிரஸ்சு, காரு, பொம்மனாட்டி இப்படியான அப்போதைக்கப்போது புதுப்பிச்சிக்கற ஒரு நகரம் தான் பாம்பே.

காலைல சாப்பிடறதுக்கு, பொங்கல் வடையவே தேடாமல் பாம்பேக்குன்னு ஒரு சாப்பாடு இருக்கும்ல அப்படியான ஒரு சாப்பாட்ட தேடிப் போனேன். நாங்க தங்கி இருந்த இடம் தாஜ் பேலஸ் ஹோட்டலுக்கு பின்னாடி இருக்கிற கட்டிடம். அது ஒரு சேவை நிறுவனத்துக்குச் சொந்தமான கட்டிடம். நாங்க எப்பப் போனாலும் கட்டிடத்துல இருந்து பார்த்தா தாஜ் பேலஸ்சும், அதுக்குப் பின்னாடி கேட் வே ஆஃப் இந்தியாவும், அதுக்குப் பின்னாடி கடலும் தெரியற மாதிரி ஒரு அமைப்பு.

அங்க இருந்து பக்கத்துல நடந்து போனா பாம்பேவோட மிக முக்கியமான கேலரிகள் எல்லாம் இருக்கற இடம், மாடர்ன் ஆர்ட்

கேலரியும் ஜஹாங்கீர் ஆர்ட் கேலரியும் சாக்ஷியும் அங்கதான் இருக்கு. பாலுவும் நானும் நடந்து போய் எதிர்த்தாப்புல போலீஸ் கமிஷனர் ஆபீஸோட காம்பவுண்ட்ல இருந்த டீ கடையில நின்னோம். அந்தக் கடையில காலை உணவா வடாபாவ்னு சொல்லப்படற பன், பன்னுக்கு நடுவுல வச்சி தரப்படற உருளக்கிழங்கு, உப்பு தடவுன வறுத்த பச்சை மிளகாய் கெடைச்சது. அப்புறம் மெதுபகோடா, அருமையான இஞ்சி போட்ட டீ எல்லாத்தையும் சாப்பிட்டு முடிச்சப்பறம் ஜஹாங்கீர் கேலரி நோக்கி மெதுவா நடந்து போனோம்.

ஜஹாங்கீர் ஆர்ட் கேலரில எங்களோட பெயிண்டிங் எல்லாம் காட்சிப் படுத்திட்டு அமைதியா அந்த எடத்துல பார்க்க வர்றவங்க கூட பேசிக்கிட்டு இருந்தோம். நிறைய பசங்க எங்க கூட பேசிக்கிட்டு இருந்தப்ப சொன்ன தகவல், மகாராஷ்ட்ராவுல நானூற்று ஐம்பதுக்கும் அதிகமான அரசாங்கத்தால அங்கீகரிக்கப்பட்ட ஆர்ட் சொல்லிக் கொடுக்கும் கல்லூரிகள் இயங்கி வருவது தெரிய வந்ததும் நான் ஆச்சரியப்பட்டுப் போனேன்.

ஆச்சரியப்படறத்துக்கு இதுல என்ன இருக்குன்னு யோசிச்சீங்கன்னா ஒரு நவநாகரீகமான நகரத்துல வியாபாரத்தோட உச்சத்தத் தொட்டிருக்கற மாநிலத்துல, தொழிற்சாலைகள் மிக அதிக அளவில் நல்ல முறையில் இயங்கும் . அந்த மண்ணுல, தொழில் படிப்புகளைக் காட்டிலும், ஓவியமும் சிற்பமும் கலை வரலாற்றுப் பாடங்களும் மிக அதிகமாக மக்களால் விரும்பி தேர்வு செய்து படித்து வரும்பட்சத்தில் இந்த நானூற்று ஐம்பது கல்லூரிகள்கூடப் போதாமல் போகலாம் என்ற கருத்து எனக்கு ஆச்சரியம் ஊட்டியதில் அதிசயம் இல்லைதான்.

தமிழ்நாட்டுல கலைப் பள்ளிகள் விரல்விட்டு எண்ணக்கூடிய நிலையில் இருப்பதை நினைத்து என்னால் வருத்தப்படாமலும் இருக்க முடியவில்லை. இந்திய தேசத்தில் ஏதோ ஒரு மூலையில் ஒரு சமூகம் கலையைக் கற்றுக்கொண்டு நாட்டை மேம்படுத்த, செப்பனிட முயலும் முயற்சியை நினைத்தால் என் வருத்தம் காணாமல் போய்விட்டது.

சென்னையில் கூழ் குடிக்க ஆசைப்படும் மனிதனுக்குக் குறைந்தது ஐம்பது ரூபாயாவது தேவைப்படும். ஆனால் மராட்டியத்தில் எல்லா

மூலையிலும் வடபாவ் ஐந்து ரூபாய்தான். வேட்டி கட்டிய மனிதரைப் பார்க்க தமிழ்நாட்டின் தலைநகரில் இருந்து நூறு மைலாவது பிரயாணப்பட வேண்டும். மராட்டியத்திலோ காந்தி குல்லாவும் கதர் ஜிப்பாவும் பார்க்க பாம்பேவின் எங்கு திரும்பினாலும் சக மனிதனின் தோற்றத்தில் எந்த மாற்றமும் இல்லை. ஒரு மொழியின் அடையாளம் எளிமை, வாழ்வியலின் அடையாளம் தூய்மை, கலையின் அடையாளம் வளர்ச்சி. இம்மூன்றையும் தமிழ்நாட்டில், மதராஸில் காபந்து செய்ய நினைப்பவர்க்கு வேட்டியை சலவைக்குப் போட்டால் முப்பத்தைந்து ரூபாய். இரண்டு இட்லி, ஒரு வடை, ஒரு காபி நூற்றைம்பது ரூபாய். காபந்து செய்ய நினைப்பவர்க்கு அந்த எண்ணத்தைத் தவிர வேறு வேலையில்லை.

நான் இப்படி காபந்து செய்கிறேன் என்று சொல்லி சொல்லியே அதை அவர் தொழிலாக்கிக் கொண்டார். பரவலாக இயல்பாக இருந்த எல்லாவற்றையும் அரிதாக்கி, இது அரிதாகி போய்விட்டது. காப்பாற்ற நான் மட்டுமே மிச்சம் என்று சொல்லி அந்த வியாபாரத்தில் கொடிகட்டிப் பறக்கிறார் பண்பாட்டுக் காவலர்.

தமிழகத்தில் எளிய உணவு, VALUE ADDED FOOD ஆக மாறி போனதைப் போல் நடை, உடை, பாவனையும் மாறிப்போய் விட்டதைத் தொடர்ந்து கலை சம்பந்தமான படிப்புகள் அற்றுப்போய் எல்லாக் குழந்தைகளும் டாக்டராகவும், இன்ஜினியராகவும் இருக்கும் பட்சத்தில் மற்ற தொழில்களுக்கு நம் காப்பாளரைப் போல் பிற தேசத்திலிருந்து அழைத்து வரப்படும் நபர்கள், VALUE ADDED SERVICE ஆகவே இருப்பார்கள். இயல்பும் எளிமையும் தூய்மையும் மேம்பாடும் புலம் பெயர்ந்தால் மட்டுமே காணக் கிடைக்கும்.

அறுகோணமும், தாமரைப் பூவும்

"தோடுடைய செவியன் விடையேறியோர் தூவெண்மதிசூடிக்
காடுடையசுட லைப்பொடி பூசியென்னுள்ளங்கவர் கள்வன்
ஏடுடையமல ரான் மனைநாட்பணிந்தேத்த அருள்செய்த
பீடுடையபிர மாபுரமேவிய பெம்மானிவனன்றே"

ஒரு நாள் சாயங்காலம் சீனிவாசனுக்கு போன் போட்டேன். போன் பண்ணி பேசிக்கிட்டு இருந்தப்பத்தான் எனக்கு சில சந்தேகங்கள் இருந்தன. அடிக்கடி நாம கோயிலுக்குப் போவோமே சீனு, அங்கப் போய் நாம எதையெல்லாம் கவனிக்கிறோம், எதைப்பத்தியெல்லாம் நாம பேசறோம் அப்படின்னு இன்னொரு தடவை நினைச்சுப் பார்த்தா, எனக்கு சில சந்தேகங்கள் வருதுன்னு சீனுவாசன்கிட்ட சொல்வேன். அவனும் சொன்னான், எனக்கு கூட நிறைய சந்தேகம் இருக்கு பாஸ் இதபத்தி நானே உங்ககிட்ட பேசணும்னு நினைச்சிக்கிட்டு இருந்தேன் பாஸ். 'சரி நீ முதல்ல கேட்டுரு, எதப்பத்திக் கேக்கணும்னு நினைக்கிறியோ கேளு'ன்னு நான் சொன்னேன்.

ஒரு 84 அல்லது 85- ஆம் வருஷம் இருக்கலாம். நான் கடலூர்ல ஏ.ஆர்.எல்.எம். ஸ்கூல்ல படிச்சிக்கிட்டு இருந்தேன். ஏ.ஆர்.எல்.எம். ஸ்கூலுக்குப் போற வழியில காளி அம்மன் கோயில் இருக்கும். அப்புறம்

தனியா அங்க ஹயக்கிரீவர் கோயில் திருப்பாதிரிபுலியூரில் இருக்கும். கடலூர்ல இருக்கிற இந்த இரண்டு கோயிலுக்கும் அப்பா சனி, ஞாயிறு வரும்போது எல்லாம் கூட்டிக்கிட்டுப் போவாங்க. அப்படி கூட்டிக்கிட்டு போகும்போது நா அங்க இருக்கிற சாமியையும் அந்தக் கோயிலையும் சுத்தி சுத்திப் பார்ப்பேன்.

ஹயக்ரீவரோட உருவம் எனக்கு ரொம்ப வித்தியாசமாகவும், அதீத கற்பனை தோற்றத்தோடயும் தோணிக்கிட்டே இருக்கும். நா ஹயக்ரீவர் பத்தி கேட்டா எல்லாருமே, புராண இதிகாசக் கதையாக எனக்குச் சொல்றாங்களே ஒழிய, அந்த உருவம் பத்தி பல கதைகள் சொல்லப்பட்டதே ஒழிய, தெளிவான ஒரு பார்வை எனக்கு அதுல கிடைக்கல.

நான் உங்ககிட்டே கேட்கணும்னு நினைக்கிறது பாஸ் 'ஹயக்ரீவர் அப்படிங்கற அந்த உருவ அமைப்ப பார்த்திருக்கீங்களா? அதப்பத்தி என்ன நினைக்கிறீங்க? அதே மாதிரிதான் எனக்கு நிறைய விஷயங்கள் பிடிபடாமப் போய்க்கிட்டே இருக்கு. ஒன்னு வந்து ஒரு மனுஷ உருவம் அப்படின்னா பார்த்தத பார்த்த மாதிரியே செஞ்சு வச்சு இருக்கிற சிலைகள் இன்னைக்கு நிறைய இருக்கு.

அதுல, பாவை விளக்கச் சொல்லலாம். ஒரு பொம்மானட்டி கையில் அகல் விளக்க வச்சிக்கிட்டு நிக்கிற மாதிரியான சிலைகளைப் பார்த்திருக்கோம். அது சமகாலத்துல இருக்கிற பெண்கள் மாதிரியும் இருக்கும். பழங்காலத்தப் பிரதிபலிக்கிற மாதிரியும் இருக்கிறத நாம பாவை விளக்குல பார்க்க முடியுது. அப்புறம் சமீப காலத்துல பழைய ஓவியங்களை அழிச்சு, புது ஓவியங்கள் வந்ததுனால அதுல பார்த்து எதையும் நான் கேள்வியா கேட்கல.

அதுக்கு முன்னாடி இருந்த விஷயங்கள கருங்கல் சிற்பங்கள்ல இருந்து எடுத்துக்க முடியுது. ஆயிரம் வருஷம் பழமையான கோயில்களில் பார்த்தோம்னா அங்க இருக்கிற பஞ்சலோக விக்ரகங்கள், கற்கள், சிலைகள் அதெல்லாம் வந்து அந்த காலத்துல செய்யப்பட்டது. அப்படியான சிற்பங்கள்ல சரபேஸ்வரர் அதனுடைய அமைப்புகள் நிறைய மிருகங்கள், பறவைகளோட உறுப்புகள ஒன்று சேர்ந்து ஒரு உருவமா பண்ணிருக்கிறதா பார்க்க முடிஞ்சது.

அதே மாதிரி ஒவ்வொரு கந்தசஷ்டி அன்றும் நீங்களும் நானும் திருப்போரூர் கோயிலுக்குப் போறத வழக்கமாக வச்சிருக்கோம். ஒரு

வருஷம் சுவாமிமலைக்குப் போயிருந்தோம். ஒரு வருஷம் கந்தக்கோட்டம் போனோம். எங்க போனாலும் சூரன சம்ஹாரம் பண்றதுக்கு விதவிதமான சூரனுடைய உருவங்களைச் செஞ்சு தூக்கிட்டு ஓடறதைப் பார்க்கிறோம்.

அதுல பார்த்தீங்கன்னா கூட கஜமுகாசூரனுக்கு யானைத்தலை, மனுஷ உடம்பு, சிங்கமுகாசூரனுக்கு, சிங்கத்தனாலான மனுஷ உடம்பு, இப்படி பல உருவங்கள் நம்ம புராணக் கதைகளில் உள்ள கதாபாத்திரங்களில் விரிவா சொல்லப்பட்டு இருக்கிறதை எடுத்து நம்ம சிற்பிகள் அதக் காட்சிப்படுத்தி வச்சு இருக்காங்க. புராண இதிகாசக் கதைகள் அப்படிங்கறது ஒரு வரலாறா? அல்லது ஒரு கதையா? அல்லது ஒரு நிகழ்வா? அல்லது ஒரு கற்பனையா? இல்லன்னா ஒரு தத்துவத்தை விளக்கி சொல்லக்கூடிய விபரமா? எதுவா வேணா இருக்கலாம். ஒரு மதத்த பிரசாரம் பண்றதுக்கான யுக்தியா கூட இருக்கலாம்.

ஆனா அதுல அமைக்கப்பட்டு இருக்கக்கூடிய கதா பாத்திரங்களையும், உருவங்களையும், புறத்தோற்றத்தையும் பத்தி மட்டும்தான் நான் கேட்கணும்னு ரொம்ப நாளா யோசிச்சுக்கிட்டு இருக்கிறேன். அப்படியான புராண இதிகாசக் கதைகள்ல சொல்லப்பட்ட கதாபாத்திரங்களுடைய புற அழகியல் பத்தின விபரணக் குறிப்புகளா காமதேனுவ நா எடுத்துக்கறேன்.

காமதேனு, சர்வலட்சணம் பொருந்திய ஒரு பெண்ணுடைய அமைப்பையும், ஒரு பசு மாட்டினுடைய உடல் அமைப்பையும் மயிலுடைய தோகையையும் கொண்டதா அமைஞ்சு இருக்கிறத நாம பார்க்கிறோம். அதே மாதிரி கற்பக விருட்ஷம், காமதேனு இது மாதிரியான புராணக் கதாபாத்திரங்களுடைய புற அமைப்புகள். நம்ம சிற்பிகள் ரொம்ப அழகா செதுக்கி வெச்சு இருக்கிறத நாம பார்க்க முடியுது.

நிஜத்துல இப்படியான உருவங்கள நம்மளால உருவாக்க முடியுமா? விபரம் தெரிஞ்ச வரைக்கும் என்னால பார்க்க முடியல. இப்ப மகிஷாசுரமர்த்தினி பார்த்தமுன்னா அதுவும் அப்படித்தான். எருமையுடைய தலை கொண்ட ஒரு அசுரனை அடக்குற மாதிரி ஒரு தோற்றத்தை நாம பார்க்கிறோம். அப்ப ஒரு ஆணுடைய உடம்புல ஒரு எருமை தலைய வைச்சு, ஒரு சிற்பம் செய்யுறது. அது மாதிரி பல மிருகங்களுடைய உறுப்புகள் எடுத்து பண்ணது சரபேஸ்வரரின் அமைப்பு.

பறவைகள், சுகப்பிரம்ம மகரிஷின்னு பார்த்தா, கிளியோட தலையும், மனுஷ உடம்புமாக இருக்கிறார்.

இது மாதிரியான அமைப்புகளில் புராணக் கதைகளில் வரும் ஒவ்வொரு கதாபாத்திரங்களும் கற்பனை கதாபாத்திரங்களா? அல்லது ஒரு காலகட்டத்தில் நிஜமாகவே இருந்திருப்பார்களா? வாய்ப்புகள் இருக்கா? அப்படிங்கறதுக்குள்ள போகாம, இத ஒரு அழகியல் சார்ந்த, இந்தியத்தன்மை வாய்ந்த, ஒரு காம்போஸிஷனா நாம விவாதத்துக்கு எடுத்துக்கலாமுன்னு நா நெனைக்கிறேன்.

'நீங்க என்ன பாஸ் நெனைக்கிறீங்க? ஊர் அமைப்புகளைப் பத்தி பேசி இருக்கிறோம். நாம கோவில் அமைப்பு பத்தி பேசி இருக்கிறோம்'

'இதுல தனி மனித, மனநிலை பிரதிபலிப்பு பத்தி நாம பேசுவோம் அப்படின்னு நா நெனைக்கிறேன். தனி மனிதப் பிரதிபலிப்பு மனநிலையுடைய பிரதிபலிப்பு, எப்பவுமே வேறுவிதமாகப் பார்க்கறேன் பாஸ். ஒண்ணு வந்து உள்ளதை உள்ளபடியே பார்க்கிற பார்வை அல்லது இல்லாத ஒரு விஷயத்தைக் கற்பனையா நினைச்சு பார்க்கறது, நிஜத்தையும்,கற்பனையையும் இணைச்சுப் பார்க்கிற ஒரு பார்வை அப்படின்னு என்னால யோசிக்க முடியுது.

நா யோசிக்கிறது சரியா, தப்பான்னு எனக்குத் தெரியல. இப்படியான விஷயங்கள் எல்லாப் படைப்பாளிக்கும் எல்லாக் காலக்கட்டங்கள்லயும் இருக்கத்தான் செய்யுது. உதாரணத்துக்குப் பார்த்தம்னா கிறிஸ்தவர்களுடைய சர்ச்சுகள்ல ஐரோப்பிய கண்டத்துல பார்த்தீங்கன்னா, அங்க சர்ச்சு மேல வரஞ்சு இருக்கிற உருவ ஓவியங்கள் எல்லாத்துலயும் தேவதைகளாகப் பெண்களைச் சித்தரிக்கும்போது, பறவை இறகுகளோட சித்தரிச்சு இருக்கிறத நம்மால பார்க்க முடியும். அது மாதிரி நிறைய சொல்லிக்கிட்டே போகலாம்.

வீனஸோட சிற்பம், டேவிட்டோட சிற்பம் எவ்வளவோ சிற்பங்களை நாம பார்க்கலாம். இவை எல்லாம் பல இஸங்களுக்குள்ள படைப்புகள அடக்கி எல்லாத்துக்கும் ஒரு வரலாற்றையும், தெளிவான குறிப்புகளையும் நமக்கு விட்டுட்டுப் போயி இருக்கிறதால அவர்களுடைய உண்மையான படைப்புகளோட ஒரிஜினலை இன்றைக்கும் போற்றிப் பாதுகாக்கிறதுனாலயும்

நம்மால ஐரோப்பியக் கலை வரலாறுகள சுலபமா துல்லியமாப் புரிஞ்சுக்க முடியுது.

இதுவரைக்கும் கடவுள் உருவங்கள் அல்லது சிற்பங்கள் அல்லது இது மாதிரியாக பார்த்ததா ஞாபகம் இல்ல. குறிப்பா தமிழ்நாட்டுல நம்மால ஆயிரம் ஆண்டுகளுக்கு முன்பு இருந்த சிற்பங்களை, ஓவியங்களை ஆதாரமா நாம பார்க்க முடியுது. அப்படி நாம பார்க்கற வழிபாட்டு உருவங்கள் அல்லது அலங்கார உருவங்கள் என இரண்டு விதமான உருவங்கள் இருக்கு.

நா வந்து ஒருவிதமான மனநிலையில் பார்க்கிறேன். ஒன்று யாழி போன்ற உருவங்கள். ஒரு பெரிய தும்பிக்கை வச்சு இருக்கிற யானையும், சிங்கத்தோட உடம்பையும் கலந்து அதுல குதிரை வீரன் ஒருத்தன் குத்தற மாதிரியும், அதுபோல அது பின்னி பிணைஞ்சி இருக்கிற தூண் சிற்பங்கள், அதீதக் கற்பனையின் வெளிப்பாடா என்னால பார்க்க முடியுது.

இதுக்கு அப்புறம் ஒரு அலங்காரத்துக்காகச் செய்யப்பட்ட பதுமைகளா என்னால பார்க்க முடிஞ்ச விஷயமுன்னு பார்த்தா, துவார பாலகர்களைச் சொல்ல முடியும். பூத கணங்களாகச் சித்தரிக்கப்பட்டு இருக்கிற கனத்த உடம்புடைய உருவங்களை அந்தக்கால மனிதர்கள், அது மாதிரியான உருவ அமைப்பு கொண்டவர்களுடைய பதிவா என்னால பார்க்க முடியுது.

ஒரு பிள்ளையார் கோவில்ல பிள்ளையார் உருவத்துக்குப் பக்கத்துல பலாப்பழத்தை ரெண்டா பிளக்குற ஒரு பூத கணத்த என்னால பார்க்க முடியுது. அது அந்தக் காலகட்டங்களில் இருந்தவர்களுடைய வலிமையைப்பத்தி பேசுற உருவங்களா எனக்குப்படுது. இப்படியான புரிதல் இப்படியான விஷயத்துக்கான எந்த ஆதாரமும் இல்லாமல் என்னால் பார்த்து உணரப்பட்ட விஷயங்களன்று. ஒருவிதமான மனநிலை அந்தக்காலக்கட்டத்தில் இருந்த படைப்பாளிகளுடைய மனநிலை என்று சொல்ல முடியுமே ஒழிய, இதுக்கு ஒரு மிகப்பெரிய ஆதாரத்த என்னால சொல்ல முடியலே.

கந்த புராணத்துல வர்ற முருகப்பெருமானுக்கு ஆறு தலை இருந்ததா புராணங்கள் சொன்னா, நம்முடைய சிற்பி ஆறு தலைய வட்ட வடிவமாக முன்னாடி ஒரு தலையும், இரண்டு பக்கத்துல ரெண்டு ரெண்டு தலையும்,

பின் பக்கத்துல ஒரு தலையுடன் வட்டவடிவத்தில் அந்தத் தலைகள் வடிச்சு எடுத்து இருக்கார்.

ஆனா ராமாயணக் கதையில ராவணனுக்கு பத்து தல அப்படின்னு வர்ணிச்சப்ப, அந்த சிற்பி பத்து தலைய வரிசைப்படுத்தி பத்தையும் நேர்முகமாகவே வடிச்சி எடுத்திருப்பார். இது மாதிரி கதாபாத்திரங்களை வடிவமைக்கிற படைப்பாளிகள் அந்த வடிவமைக்கப்பட்ட கதாபாத்திரத்தின் சிற்பமோ ஓவியமோ செதுக்கியோ வரைந்தோ கண்முன்னே காட்சிபடுத்துற படைப்பாளிக்கு என்ன மாதிரியான மனநிலையும் என்ன மாதிரியான உணர்வும் இருந்திருக்கும் அப்படிங்கிற சிந்தனைதான் எனக்கும் வருது.

இதே மாதிரிதான் சிவபெருமானோடு அறுபத்து மூன்று மூர்த்தங்கள் விதவிதமாக வடிவமைக்கப்பட்டு இருக்கின்றன. பத்து தலையுடைய ராவணனை நேர்முகமா வடிக்கிறதுக்கும், ஆறு தலையடைய முருகப்பெருமானை வட்டவடிவமா வடிக்கிறதுக்கும், என்ன மாதிரியான மனநிலை இருந்து இருக்கும்னு நா கேக்க விரும்பறேன்.

கதாப்பாத்திரங்கள், கதைகள்ல சொல்ல வர்ற கதாபாத்திரங்கள் குணநலன்களோட சம்பந்தப்பட்டு இருக்கு.

உதாரணத்துக்கு சிங்கமுகாசூரன்னு அவர் வெறுமனே சொல்லிடல, அவனுடைய குணநலன்கள் தெளிவா விவரிச்சிட்டு, அதுக்கு அப்புறம்தான் சிங்கமுகாசூரன் எப்படி இருப்பான் என்று உருவத்தச் சொல்லுகிறார். அப்படிப் பார்க்கப் போனா, நாம வந்து நரசிம்மர எடுத்துக்கலாம்.

நரசிம்மருடைய உருவ அமைப்பு எதற்காக அப்படியான உருவ அமைப்புங்கறதுக்கு முதல்ல குணநலன்கள் சொல்லிட்டு, அதுக்கு அப்புறம்தான் அமைப்பு சொல்றார். கேட்கப்பட்ட வரத்துனால, ஒருத்தன் அழிவுறாம இருக்கான்னா, அவன அழிக்கிறதுக்கு எடுக்கப்படற ஒரு அவதாரமுன்னு சொல்லிட்டுத்தான் அந்த அவதாரத்தை விவரிக்கிறார்.

அப்ப தீய சக்திகளை அழிக்கிறதுக்காக ஒரு நல்ல சக்திங்கிற ஒரு நல்ல தொனியில் அந்தப் புராணம் சொல்லப்பட்டது. விஷுவலாக, சிலையாக

ஓவியமாகவே வடிக்கக்கூடிய படைப்பாளிக்கு, மனநிலையில், இது வந்து இரண்யகசிபு, தீய சக்தியா சித்திகரிக்க வேண்டிய அவசியமும், நம்முடைய நரசிம்மமூர்த்தியை நல்ல சக்தியா சித்தரிக்க வேண்டிய அவசியமும் ஏற்படுது. இப்படியான வெறும் புறத்தோற்ற வருணனைகளை மட்டும் வச்சி ஒரு சிற்பியோ, ஓவியனோ படைப்புகளைப் படைக்கறது இல்ல.எல்லாவிதமான குணஅம்சங்களையும் உள்வாங்கி, அந்தப் பாத்திரத்தின் நலன்களை அதனுடைய மனநிலையைப் பிரதிபலித்து அந்தக் காலத்துல இருந்த ஓவியங்களையும், சிற்பங்களையும் வடிவமைச்சு இருக்காங்க.

நாம அந்த குணநலன்களோட சேர்ந்து, இன்னும் இந்தப் படைப்புகளையும் நாம் பார்க்க ஆரம்பிச்சுட்டோம். அதனாலதான் நம்மால மிகச் சுலபமாக இது அசுரன், இது சிங்க முகாசூரன் எனப்பகுத்துப் பார்க்க முடியுது. இதுனால நாம என்ன இழந்துடுறோமுன்னு சொன்னா, அந்த வடிவத்தக் கொடுத்த படைப்பாளியுடைய மனநிலையையும் அந்த வடிவம் பிரதிபலிக்கிற அழகுணர்வு எடுத்துக்கொண்ட ஸ்பேஸ் அளவையும், அந்தக் கதாப்பாத்திரத்திற்குள் நிகழும் மாற்றத்தையும் அது பொருந்திப் போயிருக்கிற அழகுணர்வையும், காம்போஸிசனையும் சுலபமா நாம பார்க்கறதத் தவறவிட்டு இருக்கோமுன்னு புரிஞ்சுக்க முடியும். என்னுடைய கருத்து இப்படி ஒரு அலங்காரத்தூணப் பார்க்கிற பார்வையும் மூலஸ்தானத்துல சாமியப் பார்க்கிற பார்வையும் வேறுபடும் அல்லவா?

தியாகராஜசாமிய திருவாரூர் கோவில் உள்ளே போய் பார்க்கிறதுக்கும், தேர் சிற்பத்துல தியாகராஜசுவாமியப் பார்க்கறத்துக்கும் நெறைய வித்தியாசம் இருக்குதானே.

அதே மாதிரி தான் நம்முடைய தூண்ல இருக்கிற புடைப்புச்சிற்பங்கள், தூண்கள்ள இருக்கிற அழகான மிக நேர்த்தியாக செய்யப்பட்ட கிருஷ்ணாபுரம் குறவன்குறத்தி, ரதி மன்மதன் சிற்பங்கள், அதே மாதிரிதான் நம்முடைய கோபுரம் தாங்கிகள், நம்முடைய துவாரபாலகர்கள் அப்படியான சிற்பங்கள் எல்லாமே அழகியல் சார்ந்ததாக அதற்கான தத்துவத்தை வெளிப்படுத்துவதாக அது ஒரு மனநிலைய வெளிப்படுத்துவதாகவும் அழகுற அமையப் பெற்று இருக்கு.

இன்னைக்கு நம்ம படைப்புலயும், படைப்பு ரீதியாக மிக முக்கியமாக நாம அகம், புறம்கிறத பத்தி எழுதிக்கிட்டு இருக்கிறோம். அகத்துடைய புரிதலைத்தான் ஒரு வெளிப்பாடா நாம வெளிப்படுத்துகிறோம். அப்ப ஒரு காலக்கட்டத்தில் நாம எப்படி எல்லம் புரிஞ்சிக்கிறோம். எப்படியெல்லாம் பார்க்கிறமோ அத அப்படியே கோட்டோவியமா வரையிரதுக்கும் அத ஒரு நீர் வண்ண ஓவியமா வரையிறதுக்கும், அத ஆயில் பெயிண்டிங்கா பண்ணறதுக்கும், அத ஒரு மர சிற்பமாகக் கருங்கல் சிற்பமாக வடித்து கொடுப்பதற்கும் நாம முயற்சி பண்ணாம, ஆனா அது உள்ளது உள்ளபடியே எடுத்துப் பதிவு பண்ணி வைக்கிற ஒரு விஷயமாச் சொல்வோம். ஆனா, அந்தக் காகம் அப்படிங்கிற ஒரு பறவை. அதனுடைய குணநலன்கள் என்னென்ன அப்படின்னு நாம புரிஞ்சிக்கிட்டோமுன்னா, காகம் என்ன எல்லாம் செய்யும், எப்படியெல்லாம் கரையும் அதனுடைய கலர் கறுப்பு, அது கூட்டாக வாழக் கூடிய ஒரு பறவை, அது கழிவுப்பொருள்கள் உண்டு உயிர் வாழக் கூடிய ஒரு பறவை.

ஊரைச் சுத்தம் பண்ற ஒரு பறவையா, வேறு பயன்பாடுகள் இல்ல அப்படிங்கிற பட்சத்துல அதுபத்தி நாம அதனுடைய குணநலன்களை உள்வாங்கி, அதையும் பெயிண்டிங்கலயும், சிற்பத்துலயும், நாம கொண்டு வந்தோமோனால் அது எப்படி இருக்குன்ற அந்த ஒரு கோணம். அத ஒரு மனநிலையா நான் பார்க்கிறேன்.

அதே நேரத்துல அகத்தியருடைய கமண்டலத்தை கவுத்து விட்டது ஒரு காகம்தான். அப்படின்னா புராணத்துல படிச்சி அதுக்கு சிறப்பா ஒரு படத்தை நாம வரையணும்னா கமண்டலத்தை கவுத்துவுடற மாதிரி படத்தை என்னால போட முடியும். அத நாம இல்லஸ்டிரேஷன் அப்படின்னு சொல்லலாம். கதை விபரப்படம் அப்படின்னு என்னால சொல்ல முடியும். அதையே நான் சிற்பமாக வடித்து வைக்கறதுக்கும் அதே செய்நேர்த்திதான் தேவைப்படும்.

பார்க்கறவங்களுக்கு கதையைப் புரியவைக்கும் படியாக ஒரு அழகையும், ஒரு நேர்த்தியையும் நாம குடுக்கறதுதான் அந்த மனநிலை அப்படின்னு நா சொல்றேன். அதே நேரத்துல வேற ஒரு தோற்றம் எனக்குள்ள வருது. ஒரு பிள்ளையாருடைய அமைப்பை எடுத்துக்கலாம். ஒரு குழந்தையினுடைய உடம்பு, ஒரு யானையினுடய தலை, ஒரு மூஞ்சூரு மேல உக்காந்து இருக்கிற மாதிரியும் இருக்கும்.

எல்லாம் சேர்த்து ஒரு தாமரைப் பூவுல இருக்கிற மாதிரி இருக்கும். உண்மையிலே இது மாதிரி எல்லாத்தையும் வைச்சா, தண்ணீரில் எல்லாம் அமிழ்ந்து போகும். ஆனா அது பொருந்தி போற மாதிரி ஒரு நேர்கோட்டு அமைப்புல அழகுற நாம் அமைத்த இந்த அமைப்பு ஒரு கதாசிரியருடைய ஒரு கற்பனைக் கதாபாத்திரத்திற்கும் உயிர் உண்டாகக் கூடியதா இருக்கலாம், அல்லது ஒரு சிற்பியினுடைய செய்து காண்பிக்கப்பட்ட கற்பனை கதாபாத்திரத்தைப் பார்த்து கதாசிரியரால் செய்யப்பட்ட கதையாகவும் இருக்கலாம்.

நான் அதுக்குள்ளப் போக விரும்பல. ரெண்டு பேருமே படைப்பாளிகள்தான். படைப்பாளியுடைய அதீதக் கற்பனையா? படைப்பாளியுடைய தத்துவம் சார்ந்த, சிந்தனை சார்ந்த வெளிப்பாட்டிற்கான புரிதலை ஏற்படுத்தக்கூடிய படைப்பா? அப்படிங்கறத நா இந்த இடத்துல மிக ஆழமா கேட்க நெனைக்கிறேன். இதுல இருந்து எல்லாம் நா என்ன சொல்ல வர்றேன் அப்படின்னா? தமிழ்நாட்டப் பொறுத்தவரைக்கும் ஒரு புராண இதிகாசச் சம்பவங்களை, புராண இதிகாசக் கதைகளில் வரக்கூடிய கதாபாத்திரங்களுக்கு அதனுடைய குணநலன்களையும் சேர்த்து அதை மிக அழகாக வெளிப்படுத்தும் விதமாக அமைக்கப்பட்ட பல்வேறு சிற்பங்கள் ஆயிரம் ஆண்டுகளுக்கு முன்பிருந்தே அற்புதமாக வடிவமைக்கப்பட்டு, காட்சிப்படுத்தப்பட்டு இருக்கிறது. இப்படிக் காட்சிப்படுத்தப்பட்ட எல்லாச் சிற்பங்களுமே பல்வேறு மெட்டீரியல்களின், மரத்தினால், சுதையினால், ஐம்பொன்னால், மெட்டலால், கருங்கல்லால் எல்லாம் செய்யப்பட்டு இருக்கிறது.

இவை காலத்தால் அழிந்து போகாமல், காலம் காலமாக நின்று பேசவேண்டும் என்பதற்காக வடிவமைக்கப்பட்ட பல்வேறு மெட்டீரியல்கள், வடிவமைக்கப்பட்ட விஷயங்கள், சிற்பங்கள் இன்றைக்கும் ஆயிரம், ஆயிரத்து ஐநூறு ஆண்டுகளுக்கு முன்பிருந்த படைப்பாளர்களுடைய மனநிலையை அப்படியே பிரதிபலிக்கிறதா? அல்லது அது மாறி மறுவி இன்று நாம் என்னவெல்லாம் புரிந்து கொள்கிறோமோ அதற்கெல்லாம் ஈடுகொடுத்து அவைகளாகவே காட்சி அளிக்கிறதா? என்கிற கேள்வி என் முன்னே மிகப் பெரிய கேள்வியாக இருக்கிறது.

ஃபோட்டோஸ் ஆஃப் காட்ஸ்
சைஸ் - 40 x 40
பிரிண்ட் ஆன் ஆர்க்கேவல் பேப்பர்
2005 - 2012

தங்கப்பல்லும், பச்சை பெல்ட்டும்

தென்னாற்காடு மாவட்டத்துல திருநாறையூர்னு ஒரு ஊர் இருக்கு, கொள்ளிடம் ஆற்றுக்கு வட கரையில் அது அமைஞ்சிருக்கு. அதோட தென்கரையில பாத்தீங்கன்னா நம்ம பனகாட்டாங்குடி இருக்கு. ஊர்லேர்ந்து தாத்தா வண்டி கட்டிக்கிட்டு கொள்ளிடத்துல இறங்கி மணல்ல வண்டிய தள்ளிக்கிட்டு அக்கரைக்கு ஏறிட்டாங்கன்னா திருநாறையூர் வந்துரும்.

திருநாறையூர் மேல தாத்தாவுக்கு ரொம்பவே பாசம் இருந்தது. அது நம்பியாண்டார் நம்பி பொறந்த ஊர் மட்டும்ங்கறதனால இல்ல, பொல்லாப் பிள்ளையார் அவருக்குக் காட்சி கொடுத்தார்னு சொல்லப்படற கதையால மட்டுமில்ல, நெறைய தேவாரங்கள, திருவாசகத்தில் அறுபத்து மூணு நாயன்மார் கதைகள எல்லாம் மீட்டெடுத்துக் கொடுத்த ஊருங்கறதனால மட்டுமில்ல, அது வீரநாராயணன் ஏரின்னு சொல்லப்படுற வீராணம் ஏரிக் கரையில இருந்ததனாலயும் தாத்தாவுக்கு அந்த ஊர் மேல பாசம் ஜாஸ்தி.

சிதம்பரத்திலிருந்து லாஸ் பேட்ட போற ரோட்ல திருநாறையூர் இருக்கு. லாஸ் பேட்டயத் தாண்டுனா, காட்டு மன்னார்குடி வந்துடும். அதுக்குப் போறதுக்கு நிறைய வழி இருக்கு, வல்லம் படுகையிலேர்ந்து போகலாம். பனகாட்டாங்குடி வழியாவும் போலாம், சிதம்பரம் காட்டு மன்னார்குடி

வழியாவும் போகலாம். எப்படிப் போனாலும் ரோட்டுக்குப் பக்கத்துலேயே வீடு இருந்தது. வீட்டுக்குப் பின்னாடி வெள்ளியங்கால் ஓடைன்னு ஒரு ஓடை ஓடிக்கிட்டிருந்தது. அந்த ஓடைக்குப் பின்னாடி தான் எங்க நிலமெல்லாம் இப்பவும் இருக்கு. அந்த ஊர்ல என்னோட சின்ன வயசுல நான் இருந்தப்ப, எனக்கு நிறைய அனுபவங்கள் கிடச்சுது.

தூங்கிட்டு இருக்கும்போது ரெண்டாள் உயரத்துல வெள்ளம் வந்துரும், அதுக்குன்னே பரிசில் மாதிரி வெல்லம் காய்ச்சிற கொப்பறைய வச்சிருப்பாங்க. அதுல எல்லாரையும் தூக்கிப் போட்டு அனுப்பிவிட்டு வருவாங்க. வெள்ளம் வடிய நாலஞ்சு நாள் ஆகும். எங்கயாவது மேட்டுல நின்னுட்டு இருந்துட்டு திரும்ப வீட்டுக்கு வருவோம்.

அங்க நான் சந்திச்ச ரெண்டு மூணு பேரப்பத்தி சொல்லலாம்னு நினைக்கிறேன். அதுல பரிசு, அவந்தான் தங்கப்பல்லும் பச்ச பெல்ட்டும் கட்டிருப்பான். அதுக்கப்புறம் சிவசுப்ரமணியம், அவந்தான் எனக்கு சிகரெட் அட்டைல வீடு கட்றது, கூண்டு கட்டறது எல்லாம் சொல்லிக் கொடுத்தான். இப்படி பல பேரப்பத்தி பேசிக்கிட்டே போகலாம். போன கட்டுரைல நாம பாத்தது மாதிரி வஸ்திரம், அஸ்திரம், வாகனம் பழங்காலத்து ஓவியங்களையும், சிற்பங்களையும் மனிதர்கள தவிர அந்த உருவங்கள அலங்கார படுத்துறத்துக்காக மூன்று விஷயங்கள கையாண்டிருக்கறத நாம் பார்க்க முடியும்.

ஒன்னு வஸ்திரம்னு சொல்லப்படற துணிமணிகள் - ஆடை அலங்காரம். பெண் உருவங்களின் ஆடை அலங்காரம் எப்படி இருந்தது? ஆண் உருவங்களின் ஆடை அலங்காரம் எப்படி இருந்தது? அத கவனிச்சிப் பார்த்தோம்னா காந்தாரக்கலையின் வெளிப்பாட்டோட சிற்பங்களுக்கும், புத்த விகாரங்கள்ல காணப்படற புத்தருடைய மேலங்கி போன்ற அந்தச் சிற்பங்கள்ல இருக்கற ஆடை அலங்காரத்துக்கும், தமிழ்நாட்ல இருக்கற சோழர் காலச் சிற்பங்கள், அதற்குப் பிறகு வந்த நாயக்கர் காலச் சிற்பங்கள், அதற்கு முந்தைய பல்லவர் காலச் சிற்பங்கள்ல காணப்படற ஆடை அலங்காரங்கள நுட்பமா கவனிச்சோம்னா ஆயுதங்களையும் நாம முக்கியமா எடுத்துக்கணும். இந்தச் சிற்ப உருவங்கள் சாய்ந்து நிற்கக் கூடிய வாகனங்கள் பற்றியும் நாம சிந்திச்சாகணும்.

ஒரு காளிமாதாவோட உருவத்துல எட்டுஜோடி, பதினாறு கைகள், ஒவ்வொரு கையிலயும் ஒவ்வொரு ஆயுதத்த ஏந்தியிருக்கற மாதிரியான சிற்பங்கள நாம பாக்கறோம். அதேமாதிரி முருகக் கடவுளுடைய பன்னிரெண்டு கைகள்ளேயும் வெவ்வேறு விதமான ஆயுதங்கள ஏந்தியிருக்கறதப் பார்க்கறோம். இப்படியாக எல்லா உருவங்கள்ளேயும் பலவிதமான ஆயுதங்கள ஏந்தியிருக்கறத பார்க்கறோம். இதுக்கப்புறம் ஒவ்வொரு மனித உருவமும் அல்லது கடவுள் உருவமும் ஏதாவது ஒரு பட்சியையோ மிருகத்தையோ அல்லது பூச்சி இனத்தையோ தன்னுடைய வாகனமாக வச்சிருக்கறத அவங்க படைப்பு ரீதியா காட்டியிருக்காங்க.

அப்படியாக உருவ அமைப்புன்னு எடுத்துக் கிட்டா அந்த உருவம் ஆண் உருவமாவோ பெண் உருவமாவோ வெறுமனே படைக்கப் படல. இந்த ஆண் பெண் ANATOMY-ல அவை அணிந்திருக்கக் கூடிய ஆடைகளையும் அந்த உருவம் நின்றோ அமர்ந்தோ இருக்கக்கூடிய வாகனங்களையும், அவை தாங்கி நிற்கக் கூடிய ஆயுதங்களையும் நா இந்த இடத்துல விவாதத்ததுக்கு எடுத்துக்கலாம்னு நினைக்கிறேன்.

ஒருநாள் என்னோட வீட்ல இருந்த கொல்ல அறைங்கற ரெண்டாங்கட்டு அறையில, அப்பாவோட பீரோவத் திறந்து பாத்தப்ப ஏராளமான புத்தகங்கள அப்பா வச்சிருந்தாங்க. எனக்கு எங்க அப்பான்னா ரொம்பவும் பிடிக்கும். எங்கப்பாதான் முதன்முதல்ல பிள்ளையார் படம் வரையறதுக்கு சிலேட்டுல கத்து குடுத்தாங்க. அப்பாவுக்கு வரையறதுன்னா ரொம்ப பிடிக்கும்னு அந்த பீரோவத் திறந்தப்பதான் தெரிஞ்சது. அவங்க வரைந்த ஒரு பத்து பதினஞ்சு படங்கள நான் பார்த்தேன். அவங்க சேகரிச்சு வச்சிருந்த நிறைய புத்தகங்கள நான் படிக்க ஆரம்பிச்சேன்.

அதுல முக்கியமானவை கண்ணன் பத்திரிக்கை, மஞ்சரி. இப்படியான பத்திரிகைகள்ல அப்பா நல்ல வாசிப்பையும், அந்தக் காலகட்டங்கள்ல கோபுலு, மாலி, தேவன், ராஜம், மணியம் போன்றவங்களுடைய படங்களையும் சேகரிச்சு வச்சிருந்தாங்க. எனக்குப் பழைய புத்தகங்களப் படிக்கறது ரொம்பப் புடிக்கும். அப்பாவுடைய சேகரிப்புகளப் படிக்கறது ரொம்பப் புடிக்கும்.

அப்பா ஆறடி உயரம் இருப்பாங்க. அவங்க குருக்கட்டுன்னு சொல்லப்படற ஹேர்ஸ்டைல்ல, அந்தக் காலத்துல வெட்டி இருப்பாங்க. நல்ல ஒட்ட நறுக்குன மீசை, எப்போதும் சிங்கப்பூர்லருந்து வாங்கி வந்த பச்சை பெல்டதான் கட்டியிருப்பாங்க.

அதுல சின்ன முள்வாங்கி, நகவெட்டி, ஒரு கத்தி இதெல்லாம் வச்சிருப்பாங்க. எப்ப அப்பாக்கூட கைபிடிச்சிக்கிட்டு நான் போறதவிட வேற சந்தோஷம் எனக்கு எதுவுமே இல்ல. முதன் முதல்ல திருநாறையூர்ல வெள்ளியங்கால் ஓடையில தான் நீச்சல் கத்து கொடுத்தாங்க. அதுக்கப்புறம் ரெண்டுக்காளைக் கன்னு வாங்கிட்டு வந்து கொம்பு தீச்சி மொட்ட மாடாக்கனுதயும் அங்கதான் நான் மொத மொதல்ல பார்த்தேன். கத்து குழா வச்சு மாட்டுக்கு வெளக்கெண்ண போடறதும் அங்கதான் நான் கத்துக்கிட்டேன்.

லாடம் அடிக்கறதுலேர்ந்து எல்லா விஷயமும் அப்பாகிட்டேர்ந்துதான் நான் கத்துக்கிட்டேன். அப்பா திருநாறையூர்ல நிலத்துக்குக் கூட்டிப் போகும்போதெல்லாம் கருவ முள்ளு கால்ல ஏறிடும். அப்போ துணியில உப்ப சுத்தி மண்ணெண்ணையில நனைச்சி கால்ல அடிக்கறத்துக்குக் கத்துகிட்டேன்.

திருநாறையூர் மாத்திரம் இல்ல அவங்க எங்கல்லாம் போனாங்களோ அங்கல்லாம் என்னையும் கூட்டிப் போவாங்க. வாராவாரம் நாங்க ஒவ்வொரு செவ்வாக்கிழமையும், வியாழக்கிழமையும் திருபுவனத்துக்கும் திருவிடைமருதூருக்கும் ஒரு கால கட்டத்துல போயிருக்கோம்.

சூரசம்ஹாரத்துக்குக் கூட்டிப் போயிருக்காங்க. இதெல்லாம் நான் ஏன் சொல்றேன்னா அவங்க கட்ற வேட்டி, வேட்டி மேல கட்டியிருக்கற பெல்ட், அவங்களுடைய சட்ட, அவங்க ஹேர் ஸ்டைல், அவங்க பழக்க வழக்கங்கள், அவங்க பேச்சு, அவங்களுடைய நடத்த இதுவெல்லாம் தான் எனக்கு மிகப்பெரிய பாதிப்புகளா அமைஞ்சது.

இந்தக் கண்ணோட்டத்துலேயே நான் ஒவ்வொரு சிற்பத்தையும், ஓவியத்தையும் பார்க்க ஆரம்பிச்சேன். அப்படிப் பார்க்க ஆரம்பிச்சதோட

விளைவுதான், அப்பாவ ஒத்துப் போற உருவ அமைப்புகள், உருவ பொம்மைகளையும் அது மாதிரி இருக்கறவங்களையும் நான் நேசிக்க ஆரம்பிச்சது.

அப்பதான் எனக்கு ஒரு விஷயம் தோணுச்சு. வெறும் சிற்பங்கள்லயும் ஓவியங்கள்லயும் மாத்திரம் நாம் ஆடை அலங்காரங்களத் தேடிப் பிடிக்கல, நம்ம கண்ணு முன்னாடி வாழ்ந்துகிட்டு இருக்கற பல பேரோட அலங்காரங்கள் நம்மள பாதிச்சிருக்குங்கறத நான் தெரிஞ்சுகிட்டேன்.

இப்படியான பாதிப்புகள்ல ஒண்ணு பண்டித ஜவகர்லால் நேருவுடைய ஆடை அலங்காரம் அப்படின்னு சொல்லலாம். எல்லாருக்கும் தெரியும் நேரு எப்படி ட்ரஸ் பண்ணுவாரு, எப்படி நடப்பாரு, எப்படி பேசுவாருன்னு. அதே மாதிரிதான் மகாத்மா காந்தியும். அவங்கவங்களுக்கே உரிய ஒரு அலங்காரத்த, அவங்கவங்களுக்கே உரிய பாணியில அமைச்சிட்டு அது அவங்களோட வசதிக்காகவும் அவங்களுடைய உடல் அமைப்புடைய நேர்த்திக்காகவும், அத எடுத்துக் காட்ற மாதிரி பண்ணியிருக்கற எந்த அலங்காரமும் மிக சிறந்ததுதான், எங்க அப்பாவைப்போல.

அப்பாவும் நானும் தொடர்ச்சி

அலங்காரம் என்பது மிகைப்படுத்தப்பட்ட வார்த்தையாகக் கூட தோன்றலாம். எளிமையான தன் தோற்றத்தைத் தன்னிடமிடருந்து தன்னைத் தாண்டி, காட்டுவதாகத்தான் அர்த்தம் கொள்வேன் நான். இப்ப கோயில்கள்ல இருக்கக்கூடிய சிற்பங்கள்லயும் பழமையான ஓவியங்கள்லயும் காணப்படற எல்லா உருவ அமைப்புகள் மேலயும் படர்ந்திருக்கிற ஆடைகள் நீங்க உத்துப் பாருங்க.

எங்க அப்பாவப் பொறுத்தவரைக்கும் கோயிலுக்கு கூட்டிப் போனாலும் சரி, கடைத் தெருவுக்குக் கூட்டிப் போனாலும் சரி ஒவ்வொரு விஷயத்தையும் நுணுக்கமா எனக்கு இன்னைக்கு வரைக்கும் சொல்லிக் கொடுத்துக்கிட்டு இருக்காங்க. கடைத் தெருவுல மகாலஷ்மி ஸ்டோர்க்குக் கூட்டிக்கிட்டுப் போயி, ஒரு கேட்பரிஸ் வாங்கி கொடுத்தாக் கூட கேட்பரி கம்பெனி பத்தி, அந்த லோகோ உருவான கதயப் பத்தியெல்லாம் கூட என்னென்னே புரியாத வயசுல எனக்குச் சொல்லிக் கொடுத்துருக்காங்க.

எனக்கு பிரிட்டானியாவோட லோகோ பத்திகூட அப்பா சொல்லியிருக்காங்க. அப்பா கடை வச்சிருந்தப்ப ஹிந்துஸ்தான் லீவர் ஏஜென்சில ரின் பத்தி எந்த லோகோ வந்தாலும் முதல்ல என்னக் கூப்பிட்டு லிண்டாஸ்னு ஒரு கம்பெனி இருக்கு. அவங்க அட்வர்டைசிங் கம்பெனி

அது, அப்படின்னு சொல்ல ஆரம்பிச்சு லின்டாஸ் பத்தி முழுக்க எனக்கு சொல்லி இருக்காங்க.

ரொம்ப பேசமா இருந்த லிரில் சோப்போட விளம்பரத்த எனக்குக் காமிச்சிருக்காங்க. அப்பல்லாம் வழவழன்னு வர்ற பேப்பர்ல பிரிண்ட்டாயி வரும் லிரில் விளம்பரம் ஏகப்பட்டத நான் சேகரிச்சு வச்சிருந்தேன். வெறும் விளம்பரங்களா மட்டும் அத எல்லாத்தையும் பாக்கல.

விளம்பரம், விளம்பர ஏஜென்ஸி பத்தியெல்லாம் கூட சின்ன வயசுலயே அப்பா எனக்கு நிறைய சொல்லிக் கொடுத்துருக்காங்க. இப்படித்தான் எனக்குள்ள ஒவ்வொரு விஷயத்தையும் எப்படி உள் வாங்கறது. எப்படி புரிஞ்சிக்கறது, எப்படி பாக்கிறதுன்னு திறனாய்வு பண்ணக் கூடிய அளவுக்கு எனக்கு ஒரு பக்குவம் இருக்குன்னா அது அப்பாவால மட்டும்தான்.

அப்பா ஒரு பெருநிலக்கிழார். பெருநிலக்கிழார்னா மிராசுதார். மிராசுதார்க்கு இப்படி ஒரு கலை ஆர்வமும், இப்படி ஒரு நுணுக்கமான பார்வையும் எப்படி வந்தது என்பது எனக்குத் தெரியாது. அந்தக் காலத்திலேயே மூணு நாலு கேமரா அப்பா வச்சிருந்தாங்க. கொள்ளிடம் ஆத்தோட பாலத்த காமராஜர் அவர்கள் தொறந்து வச்சப்ப அப்பா எடுத்த போட்டோகிராப் இப்பவும் என்கிட்ட இருக்கு.

கொள்ளிடத்துல முதன் முதல்ல பாலம் கட்டி அதுல ஒரு ஜோடி புது வண்டிமாட்ட வாங்கி, புதுசா டயர் வண்டி கட்டி, நெல்ல ஏத்திக்கிட்டு ராமையா முதலியார் உக்காந்து ஓட்டிக்கிட்டு வர்ரத, அப்பா சிலாகிச்சு நெறைய தடவ சொல்லியிருக்காங்க. அதேமாதிரி உலகத் தமிழ் மாநாடு நடந்தப்ப, சென்னையில் வந்து எடுத்த போட்டோகிராப் என்கிட்ட நிறைய காண்பிச்சிருக்காங்க.

பாக்ஸ் கேமராவிலேர்ந்து நிறைய கேமராக்கள அப்பா கையாண்டுருக்காங்க. போட்டோ கிராபி, அட்வர்டைசிங் இப்படி பல விஷயங்கள அப்பா தெரிஞ்சி வச்சிருந்தாங்க என்பதைவிட அது எல்லாத்தையும் தன்னோட ஒரு ஹாபியா மாத்திரம் வச்சிருக்காம எனக்கும் எல்லாத்தையும் என் கையையும் புடிச்சிட்டு ஃபீட் (Feed) பண்ணுனாங்கன்னுதான் சொல்லணும்.

எனக்கு ஒரு ஓவியனா இருக்கறேன்றதவிட, அப்பிடியெல்லாம் நான் இருக்கேன், நான் பெயிண்ட் பண்றன்னுகூட என்னால நினைக்க முடியல. சதா சர்வ காலமும் நான் அதுவாவேதான் இருந்துருக்கேன். என்ன? ஏன் படிக்கல? படிக்க பள்ளிக்கூடம் போனியான்னு கேக்க யாருமே கிடையாது.

ஆனா அப்பாவப் பொறுத்தவரைக்கும் படிப்பத் தாண்டி, படம் வரையறது, கோயிலுக்குப் போறது, அட்வர்டைசிங் கத்துக்கறது மத்த விஷயங்களப் பாத்து தெரிஞ்சிக்கறது, அத சிலாகிச்சுப் பேசறது, விவாதம் பண்றது, கதை புத்தகங்கள் படிக்கறதுன்னு எப்பவுமே ஆதரிச்சிதான் வந்திருக்காங்க. எனக்கு அம்புலி மாமாவும், பூந்தளிரும், ரத்தினமாலாவும், கோகுலமும் அப்பா மாசம் தவறாம வாங்கிக் கொடுத்திருக்காங்க. நிறைய கதைகளைச் சொல்லி இருக்காங்க.

அவங்கள வச்சி நான் கட்டுரைல சொல்லப்படற பல விஷயங்களைப் பாக்கும்போது ரொம்ப ரொம்ப முக்கியமா நான் நினைக்கிற ஒரே ஒரு மிகப்பெரிய மாற்றம் என்னன்னு பாத்தீங்கன்னா எல்லாக் கடவுள் உருவங்களும் ஆயுதம் தாங்கியவை அல்ல, எல்லா கடவுள் உருவங்களும் மனித ரூபத்தில் மட்டுமே அல்ல, எல்லாச் சிற்பங்களும் எல்லா ஓவியங்களும் ஆயுதம் அற்ற, அறிவையே ஆயுதமாகக் கொண்ட பிம்பங்களாக இன்றளவும் நம் மனதில் விஞ்சி நிற்கிறது.

புத்தருடைய உருவத்தைப் பாருங்கள். எந்த ஆயுதமும் இல்லை. அறிவே ஆயுதம். ஒரு மகாவீரர் உருவத்தைப் பாருங்கள். அதுவும் அறிவை மட்டுமே ஆயுதமாக கொண்டது. ஒரு சிவலிங்கத்தைப் பாருங்கள். எந்த உருவ அமைப்பும் அல்லாத அரு உருவமாகக் காட்சி அளிக்கிறது.

நடராஜர் சிற்பத்தைப் பாருங்கள். எந்த ஆயுதமுமில்லை. அறிவும், கலையும் மட்டுமே ஆயுதமாகத் தாங்கி நிற்கிறது. இந்த உருவங்கள் கடவுள் உருவங்களோ, மனித உருவங்களோ, ஓவியமோ, சிற்பமோ, என்னுடைய அப்பாவோ நமக்கு போதித்த ஒரே ஒரு விஷயம் கையில் ஏந்தும் ஆயுதங்களைவிட அறிவை ஏந்துதலே சாலச் சிறந்தது. மானுட மேம்பாடு, நாட்டின் மேம்பாடு, கலையின் வளர்ச்சி, நாகரிக மேம்பாடு அறிவால் மட்டுமே சாத்தியம். கலையால் மட்டுமே முடியும் என்பதுதான்.

ஃபோட்டோஸ் ஆஃப் காட்ஸ்
சைஸ் - 40 x 40
பிரிண்ட் ஆன் ஆர்க்கேவல் பேப்பர்
2005 - 2012

தொண்டிக் கொல்லையும் டிசம்பர் பூவும்

"என்ன என்ன வார்த்தைகளோ?
சின்ன விழிப் பார்வையிலே
சொல்லி சொல்லி முடித்துவிட்டேன்
சொந்தக் கதை புரியவில்லை."

ஸ்ரீதர் சாரோட நெறைய படங்கள நான் பாத்து இருக்கேன். சமீபத்துல ஒரு நாள் நிர்மலா அம்மாவோட வீட்டுக்குப் போயிருந்தேன். அங்க பொழுது போவாம டி.வி. போட்டப்பதான் திடீர்னு ஸ்ரீதர் சாரோட ஒரு படத்தப் பார்த்தேன். படம் 'வெண்ணிற ஆடை' என்ன ஒரு ஒழுங்கு ஸ்ரீதர் சாரோட படத்துல, அவர் வைக்கிற கோணம், அந்தக் கலர், அவர் தேர்ந்து எடுத்து இருக்கிற பாத்திரப் படைப்புகள், அந்தக் காட்சி எல்லாத்துலயுமே ஒரு ஒழுங்கும் ஒரு நளினமும் ஒரு அழகும் எனக்குத் தெரிஞ்சது.

ஒவ்வொரு கதாபாத்திரமும் நிக்கிறது, நடக்குறது, நகர்றது எல்லாம் அழகா இருந்தது. திடீர்னு பார்த்தா, அதுல வர்ற கதாநாயகிகளின் தலையில இருந்த பூக்களப் பார்த்தேன். கனகாம்பரப் பூவும் டிசம்பர் பூவும் வச்சுட்டு வர்றாங்க. நான் நிர்மலா அம்மாகிட்ட கேட்டேன் 'ஏம்மா அந்தக் காலத்துல எல்லாம் டிசம்பர் பூ வைக்கிறது வழக்கம்தானே?'

'ஆமா, எங்கக் காலத்துல எல்லாருமே வச்சிருப்போம்' அப்படின்னு சொன்னாங்க. அப்பதான், எனக்கு ஒரு ஞாபகம் வந்தது. போன வாரம் வரைக்கும் நாம ஆடை அலங்காரங்களப் பத்திப் பேசுனோம். வாகனங்களப் பத்தி பேசுனோம். ஆயுதங்களப் பத்தி பேசுனோம். ஓவியம், சிற்பம் இவற்றைப் படைக்கக் கூடியவங்க ரொம்பவும் கூர்ந்து கவனிப்பாங்க. அவங்க அவங்களுடைய சமகாலத்துல நடந்த விஷயங்களை மாத்திரம் இல்லாம அவுங்கவுங்க குழந்தைப் பருவங்களையும் அதனுடைய நினைவுகளையும் கூட செதுக்க ஆரம்பிச்சிடுவாங்க.

ஸ்ரீதர் சாருடைய கலர் படங்கள்ல, தாதாமிராசியோட படங்கள்ல கூட சொல்லலாம். சிவப்பு வண்ணமும், கருநீல வண்ணமும் மிகுந்து காணப்படும். ஒரு பளிச்சிடும் அடர்த்தியான வண்ணக்கலவையோட "புதிய பறவையும்" சரி, இப்ப நா சொல்ற 'வெண்ணிற ஆடை' யும் சரி ஒரே மாதிரியான நிறச் சேர்க்கையில இருக்கிறத நாம பார்க்கலாம்.

அதே மாதிரிதான், அந்த டைரக்ஷன் பண்ணக்கூடிய படைப்பாளிகிட்ட இருந்த ஒரு அழகுணர்வும். ஓவியங்களையும், சிற்பங்களையும் படைக்கக் கூடியவங்ககிட்டயும் குழந்தைப் பருவ நினைவுகள் இருக்குமா? அப்படிங்கறத பத்தி பாலுவுக்கு உடனே போன் போட்டு, 'பாஸ் இதபத்தி நாம கொஞ்சம் பேசலாமே?'ன்னு நா கேட்டப்ப, ஆமாண்டா, நாம இந்த ஒரு விஷயத்த விட்டுட்டோம்னு நெனைக்கிறேன்' என்றார்.

எங்க வீட்டுல, தொண்டிக் கொல்லைன்னு ஒரு கொல்லை இருந்தது. தாத்தா சிவபூஜை பண்ணுவாங்க, அப்புறம் பாட்டி பண்ணாங்க. பத்ரம் பறிக்கிறதுன்னு ஒரு சின்ன விஷயம் நடக்கும். சாயங்காலம் ஆச்சுன்னா சாமிக்குக் கல்கண்டு வச்சு நேவேத்தியம் பண்றது வழக்கம்.

பத்ரம்னா வேற ஒண்ணும் இல்ல. ஒரு பச்சை இலையப் பறிச்சிக்கிட்டு வந்து பாட்டிகிட்ட கொடுத்தா, அத வச்சு பஞ்சபாத்திரத்தில இருந்து தண்ணிய மொண்டு ரெண்டு கிள்ளி போட்டு சாமி கும்பிட்டு வரதுதான். இதுக்காகவே பவழமல்லி, நந்தியாவட்டை மாதிரியான மலர் மரங்களத் தொண்டி கொல்லைல வச்சிருந்தாங்க. அது மாத்திரம் இல்லாம, அது கூடவே ஒரு பெரிய வேப்ப மரமும் பக்கத்துலயே ஒரு மா மரமும் தென்ன மரமும் இருந்தன.

நாலஞ்சு தென்ன மரத்துக்கு நடுவுல, ஒரு பெரிய மல்லிகைக்கொடி பந்தல் படர்ந்து இருந்தது. மல்லிகைக் கொடிக்குப் பக்கத்துல ஒரு கனகாம்பரத் தோட்டம். கனகாம்பரம்னா மஞ்ச கலர் கனகாம்பரம், கனகாம்பர கலர்லேயே இருக்கிற கனகாம்பரம். டிசம்பர் பூச்செடி. அதுல ராமர் பானம், ஊதா நிறத்துல இருக்கிற டிசம்பர் பூ, ரோஸ் நிறத்துல இருக்கிற டிசம்பர் பூ, விதவிதமான டிசம்பர் பூக்கள். அப்புறம் காசித்தும்பை செடி, நார்த்த மரம். ஒரு கருவேப்பிலை மரமும், அதுக்குப் பக்கத்துல அடுக்குச் செம்பருத்தியும் ஒத்தச் செம்பருத்தியும் பிரண்டைக் கொடியும், பீர்க்கங்காய்க் கொடியும். வழக்கம் போல ஒரு பைப்படியும், மாமரமும் சேர்ந்து அங்க இருந்தது. இவ்வளவும் சேர்ந்ததுதான் அந்த தொண்டிக்கொல்லை.

மூணே முக்கால் மணி விடிய காலைல பூக்குற பவழ மல்லியுடைய அழகு, ரொம்ப ரொம்ப ரம்யமானது. அரும்பும் அப்படித்தான். அரும்பு பறிக்கிறதே ஒரு பெரிய கலையா, நான் செஞ்சுக்கிட்டு இருப்பேன். மலர்கள் அலங்காரங்களுக்காக மட்டுமே பயன்படுவது இல்ல. நறு மணத்துக்காகவும் பயன்படுது. மலர்கள் நெறைய பயன்பாட்டுக்கு இருந்தாலும், ஒவ்வொரு வீட்லயும், எங்க தெருவுல இருக்கிற எல்லா வீட்டுலயுமே ஒரு கொல்லையும், அதுல மலர்ச் செடிகளை வளர்க்கறதும், ரொம்ப ரொம்ப முக்கியமான விஷயமா அந்தக் காலங்களில் இருந்தது.

மலர்ச் செடிகள் அழகையும் நறுமணத்தையும் மட்டும் தரல. ஒரு அரிய மருத்துவ குணத்தையும் உள் அடக்குனதா இருந்ததுன்னு சொல்லலாம். ஸ்ரீதர் சாரோட படங்கள்ல கையாளப்பட்டு இருக்கிற வண்ணச் சேர்க்கை, ஒவ்வொரு காட்சிக்குமான வண்ண நேர்த்தி, அவருடைய கதாநாயகிகளும் பெண் கதாபாத்திரங்களும் அணிந்து வரக்கூடிய கூந்தல்ல இருக்கக்கூடிய மலர்கள் மிக நேர்த்தியாக அந்த காட்சிய நகர்த்துறதுக்கு வழி வகுத்தது அப்படின்னா அது மிகையாகாது. ஒவ்வொரு கோவில்லேயும் அலங்காரம் செய்யப்படறதுக்காக உற்சவமூர்த்தியை எடுத்து, உற்சவரை மலர்களால அலங்காரம் பண்ணி வீதி உலா கொண்டு வரதை நாம இன்னைக்கும் பார்க்கறோம்.

தஞ்சாவூர் ஜில்லாவுல 'நந்தவனம்' இல்லாத ஒரு ஊரோ, சின்ன ஒரு தொண்டிக் கொல்லை இல்லாத ஒரு வீடோ இல்லவே இல்லைன்னு சொல்லலாம்.

இப்படியான ஒரு அழகுணர்வு மலர்களை விதவிதமாக் கட்டக்கூடிய ஒரு பாவனை பெண்களுக்கு எங்கிருந்து வந்து இருக்கும்? அப்பதான் எனக்கு ஒரு ஆழ்ந்த சிந்தனை வந்தது.

சந்திரா அம்மாகிட்டே ஒரு உஷா மாடல் தையல் மிஷின் இருக்கும். எப்பவுமே எம்ராய்டரி பண்ணுவாங்க. எம்ராய்டரின்னா ஒரு துணிய எடுத்துக்கிட்டு ஒரு பெரிய வளையத்துல வச்சு மிஷின்ல எம்ராய்டரி பண்றது. கையால பண்றது இல்ல. வெண்ண திருடிக்கிட்டு வர்ற கிருஷ்ணர் மாதிரி பல விஷயங்களை எம்ராய்டரி பண்ணி அதை பிரேம் போட்டு இன்னைக்கும் பாதுகாப்பா வச்சு இருக்காங்க.

என்னோட அம்மாகிட்டே நெறைய குணங்கள் எனக்குப் பிடிச்சது இருக்கு. இப்படியானதுல ஒண்ணு இந்த மலர்களைப் புத்தகங்கள்ல வச்சு பாடம் பண்ணி, அதை எடுத்து தனியா ஒரு நோட்டு புத்தகத்துல ஒட்டி, அதுக்குப் பேரெல்லாம் எழுதி ரொம்ப ரொம்ப அழகா சேகரிச்சு வச்சி இருக்கிறத இன்னைக்கும் எங்க வீட்லப் பார்க்கலாம். மலர்கள் பாடம் பண்ற யுக்திய நா அம்மாகிட்ட இருந்துதான் கத்துகிட்டேன். அதுக்கப்புறம் மலர்கள் பாடம் பண்ணி அதுல கிரீட்டிங் கார்டு தயாரிக்கிறதுல இருந்து அம்மா எனக்கு சொல்லிக் குடுத்தாங்க. ஆனா அம்மாவுக்கு யார் சொல்லிக் குடுத்தாங்கன்னு இன்னிக்கு வரைக்கும் எனக்குத் தெரியல. அம்மா நல்லா கோலம் போடுவாங்க. அழகா எழுதுவாங்க. ஸ்ரீராமஜெயம் நூறு நோட்டுக்கு மேல எழுதி இருக்காங்க.

கவிதை எழுதுவாங்க. நெறைய கத சொல்லுவாங்க. அவங்களுக்கு ரசனையும், செய்நேர்த்தியும் அவங்களோடயே பொறந்ததுன்னு நா நெனச்சு வியந்த காலங்கள் உண்டு. எவ்வளவு நாள் முயற்சி பண்ணாலும், அம்மா போடற எம்ராய்டரி மாதிரி என்னால போட முடியலையேன்னு ரொம்ப ரொம்ப சிரமப்பட்ட காலமும் உண்டு.

ஒரு பூ கட்டறதிலிருந்து ஆரம்பித்து, கோலம் போடறதுல போயி, எம்பராய்டரி பண்ற ஒரு பெரிய விஷயத்திலிருந்து பூக்களப் பாடம் பண்ணி அழகான ஒரு கார்டு தயாரிக்கிறது இத்தனை விஷயங்கள வீட்ல இருக்கற அம்மா ரொம்ப நேர்த்தியா பண்றதைப் பார்த்து இவங்க எங்கப் போய் படிச்சாங்க. இவங்களுக்கு எப்படி இவ்வளவு ரசனை வந்தது? இந்த

ரசனை இவங்களுக்கு எங்கிருந்து கிடைச்சு இருக்கும் அப்படின்னு எல்லாம் எனக்குத் தோணிருக்கு.

இப்ப நெனச்சுப் பார்த்தோமுன்னா எல்லாவிதமான ரசனையும், எல்லாவிதமான அழகுணர்வும் எல்லாவிதமான வண்ணச் சேர்க்கைகளும் நமக்குச் சின்ன வயசிலே அம்மாகிட்ட இருந்தும், சிந்திக்கிற திறனும் செயல்படுற திறனும் அப்பாகிட்ட இருந்து கிடைச்சு இருக்கிறத என்னாலப் புரிஞ்சிக்க முடியுது. புரிஞ்சு ஆச்சர்யப்படாம இருக்க முடியல.

ஒவ்வொரு வீட்டுலயும் ஒவ்வொரு அம்மாவும் எல்லா செய்நேர்த்தியோடவும், எல்லா அழகுணர்வோடவும் எல்லா ரசனையோடவும் இருக்காங்க. அதப்பாக்கற எல்லாக் குழந்தைகளும் அழகுணர்வோடும் செய்நேர்த்தியோடும் ரசனையோடும் தான் வளருதுங்க. அதன் பிறகுதான் அவுங்க அவுங்க செய்யக்கூடிய பணியில பரிணமிச்சி மிளிர்வதை நம்மால பார்க்க முடியிது.

ஸ்ரீதர் சாரோட காட்சி அமைப்புக்கு கவர்ந்து இழுக்கிற நிறங்கள் தேவைப்பட்டதால, அவருடைய கதாநாயகிகள் சூடி இருந்த டிசம்பர் பூவுக்கும் கனகாம்பரம் பூவுக்கும் மணம் இல்லை என்றாலும் ரசிக்க முடிந்தது. ஆனால் என் குழந்தைப் பருவத்துத் தொண்டிக் கொல்லைக்கு நிறங்கள் மட்டும் போதவில்லை. மணம் வீசும் மலர்களும் தேவைப்பட்டதைப் போல படைப்புகள் என்றால் சிந்தனையும் செய்நேர்த்தியும் கலந்து இருந்தால் மட்டுமே படைப்புகளாகும்.

வாழ்வியலே கலை! கலையே வாழ்வியல்!!

'ராமன் ஆண்டாலும் ராவணன் ஆண்டாலும்
எனக்கொரு கவலை இல்லை.
டேய், நான் தாண்டா என் நாட்டுக்கு ராஜா
வாங்குங்கடா வெள்ளியில கூஜா
நீ கேட்டா கேட்டதக் கொடுப்பேன்
கேக்குற வரத்த கேட்டுக்கடா'

ஒரு நாள் சாயங்காலம் ஓவியர் மணிவேல் வீட்டுக்குப் போயிருந்தேன். அவர் வீட்ல நுழைஞ்சதுமே ஒரு பெரிய சத்ரபதி சிவாஜியுடைய படம் என் கண்ணுலப் படும். அந்த படத்த நான் எப்ப பாத்தாலுமே இது மணிவேல் வரைஞ்சிருக்காரு. இவ்ளோ அழகா வரைஞ்சிருக்காறே அப்பிடின்னு எனக்குத் தோணும்.

அதோட கூட, மணிவேலோட அப்பா ஆறுமுக ஆசாரியப் பத்தியும் எனக்கு சில நினைவுகள் வந்து போவதுண்டு. நாகப்பட்டினத்துக்குப் பக்கத்துல சிக்கல் கிராமத்துல வாழ்ந்த அந்தக் குடும்பம் சென்னை பொழிச்சலூர்ல வந்து வீடு கட்டி குடியேறுனதிலிருந்து எனக்குப் பழக்கம். மணிவேல் காலண்டர்ல படம் போடுவாரு. சில்பி மாதிரியும், ஜி.கே.மூர்த்தி மாதிரியும். சமீபத்துல ஜி.கே.மூர்த்தி மறைந்த செய்தியப் பார்த்து ரொம்பவே வருத்தப்பட்டேன்.

ஏன்னா நானும் சீனுவும் அடிக்கடி ராஜம், கோபுலு, மணியம் செல்வம், மாருதி இதுமாதிரியான இல்லஸ்டேட்டர்களைத் தொடர்ந்து போய்ப் பார்த்துட்டு வர்றது எங்கப் பழக்கமா இருந்தது. மணிவேல் வீட்ல இருந்த காலண்டர் படங்களப் பார்த்தப்போ அதோட ஓரிஜினல்களைப் பார்த்தப்ப என் ஞாபகம் எங்கெங்கயோ போயிடுச்சி.

திடீர்னு ஒரு குரல், பாஸ் நீங்கதான பாலு. கே. பாலசுப்ரமணியன் நீங்களா? அப்படின்னு ஒரு அதிர்ச்சியான குரல். ஆனா அந்தக் குரல்ல ஒரு வசீகரமும் ஒரு அழகும் இருந்தது. திரும்பிப் பார்த்தேன். நான்தான் சீனிவாசன். தஞ்சாவூர்காரன். சோழா ஆர்ட் சொஸைட்டி பிரசிடன்ட் நீங்கதானே? தஞ்சாவூர்ல இருந்தீங்கதானே? அப்படீன்னு கேட்டதும் எனக்கு ஆச்சர்யமான ஒரு சந்தோஷம்.

நாம எடுத்துட்டு போற இயக்கத்துக்கு இப்படியும் ஒரு சாட்சியா அப்பிடின்னு நான் அவனப் பார்த்தேன். ஆச்சர்யம் கலந்த சந்தோஷம்.

அதுக்கப்பறம் என் கையப் புடிச்சிக்கிட்டான். அன்னைக்குப் பிடிச்ச கை இன்னும் உதறவும் முடியல, விடவும் முடியல. எப்பப் பார்த்தாலும் கேள்விகளோடயே வாழ்ந்துக்கிட்ருக்கற ஒருத்தன் அப்பிடின்னு சொன்னா அது மிகையாகாது. எல்லாத்துக்கும் கேள்வி கேட்பான்.

'ஏன் பாஸ் சத்ரபதி சிவாஜி வாள கைல உருவிக்கிட்டு நிக்றாரு, சண்டைக்குப் போறாரா?'ன்னு கேட்பான். 'சத்ரபதி சிவாஜி யாரு பாஸ்?'ன்னு கூட திடீர்னு கேட்பான். 'குதிர செல செய்யிறப்ப அது மேல உக்காந்திருக்குற வீரனோட ஷூவுல பின்னாடி ஆணி வச்சிருக்காங்களே அது ஏன்னு தெரியுமா?' அப்பிடின்னு கேட்டு அதுக்கு விளக்கத்தையும் அவனே சொல்லுவான். கம்ப்யூட்டர் வராத காலத்து ஒரு என்சைக்ளோபீடியாவாகத் தான் நான் அவனைப் பார்த்தனே ஒழிய இதுக்கும் ஆர்ட்க்கும் என்ன சம்பந்தம் இருக்குன்னு நான் அடிக்கடி யோசிச்சிகிட்டுத்தான் இருப்பேன்.

அதுக்கப்புறம் கொஞ்சம் கொஞ்சமா பொழிச்சலூர் வீதிகள்ல சம்சாவ ஒடச்சிப் போட்டு சுண்டல் சாப்பிடறதும், சுத்தி சுத்தி வர்றதும், நான் வாங்கி வச்சிருக்கற புத்தகங்களப் படிக்கறதுமா எங்களுக்குள்ள மிகப்பெரிய, ஏறத்தாழ இருபத்தைந்து வருஷமா பேசிக்கிட்டே இருக்கிறோம். எதப்

பத்தியெல்லாமோ பேசறோம், எவ்வளவோ பேசறோம். ஆனா எனக்கு ஒரே ஒரு ஆச்சர்யம் தான் நாங்க வெறும் பேச்சோட நிறுத்திடறது இல்ல.

அந்தப் பேச்சுக்கு ஒரு செயல் வடிவமும் கிடைச்சது. அப்பிடின்னா செயல் வடிவம் கிடைக்கற விஷயத்தப் பத்திதான் நாம பேசறோமா? இல்ல பேசுனதுக்குச் செயல் வடிவம் கிடைச்சிடுதா? அந்தக் கேள்வியையும் அவன்தான் என்கிட்ட கேட்டான். நாளைக்கு நாம அகஸ்தீஸ்வரன் கோயிலுக்குப் போயிட்டு வருவோமா அப்படீன்னு கேட்டா போயிட்டு வந்துர்லாம்.

ஆமா அப்ஸ்டராக்ஷன்னா என்னா? அப்படின்னு கேட்டா நான் என்ன பதில அவனுக்குச் சொல்ல முடியும்? இல்ல அப்ஸ்டராக்ஷன் பத்தித்தான் எனக்கு என்ன தெரிஞ்சிருக்கும்? குலாம், ரசூல், சந்தோஷ் ஆரம்பிச்சி, எங்கெங்கயோ போயி, தாந்த்ரீக வழியா ரசாகிட்ட வந்து, ரசா கிட்டேர்ந்து சோழ மண்டல்ல இறங்கி, சோழ மண்டல்லேர்ந்து என் வீடு வரைக்கும் கொண்டாந்து ரொம்ப அழகா முடிச்சி வக்கிறவன் அவன்தான். அப்படின்னா ஆர்ட்ங்கறது படிக்கிறதும் பேசுறதும் விவாதிக்கிறதும் மட்டும்தானா? அப்படின்னு நான் எனக்குள்ளயே கேட்டுக்கிட்டதும் உண்டு.

இப்போ சீனிவாசன் பத்தி சொல்லணும்னா அவன் ஒரு சந்தோஷமான மனநிலையில் இருக்கக்கூடியவன். எப்பப் பார்த்தாலும் அவ்வளவு சந்தோஷமாகவும் குதூகலமாவும் இருக்கற ஒருத்தனப் பார்த்து பொறாம இருக்கத்தான செய்யும். எனக்கும் இருந்தது.

ஒருநாள் குமுதம் புத்தகத்த எடுத்து ஒரு சின்னக் கதை படிச்சேன். படிச்சிட்டு இன்னைக்குக் கண்டிப்பா இதை போன் போட்டு இவங்கிட்ட சொல்லக்கூடாதுன்னு ஒரு வைராக்கியத்தோட ஐம்பது பேருக்கு போன் போட்டேன். ஐம்பது பேரும் போன எடுத்தவுடனே அவங்க சொந்த கத, சோக கதையைச் சொன்னாங்களே ஒழிய, ஒருத்தர்கூட நான் சொல்ல வந்த கதையைக் கேட்கவேயில்ல.

காலை போய் சாயங்காலம் வரைக்கும் கேட்டு முடிச்சிட்டு சொல்ல முடியாம கடைசியா வேற வழியே இல்லாம நம்ம பயகிட்ட போயிதான் ஆவணுங்கறதால போனப் போட்டேன். “மொட்டுகள் மிக்க இருளான

மரத்தினையே" ங்கிற கனகதாரா ஸ்தோத்திரத்த தமிழ் வடிவுல எம்.எல்.வி பாடறத அவன் காலர் ட்யூனா வச்சிருந்தான்.

சொல்லுங்க பாஸ்... அப்படின்னு ஒரு ராகத்தோட கேட்க ஆரம்பிச்சான், நான் சொல்ல வந்தத கேட்கக்கூடிய ஒரே ஆள் இவந்தான். ஏன்னா அவ்ளோ அப்சர்வேஷனோட, அத்தன ஈடுபாட்டோட, வாழ்வியலே கலையா, கலையே வாழ்வியலா வச்சிருக்கற வேற யாரையுமே என் வாழ்க்கையில ஐம்பது வருஷத்துல நான் பார்த்ததில்ல.

அதுக்கப்புறம் நான் சொல்ல வந்த விஷயத்தச் சொல்லி முடிச்சவுடனே இதுதான் பாஸ் ஆர்ட். இதுதான் பாஸ் கதை. இதுதான் நீங்க அப்பிடின்னான் பாருங்க, என்ன ஒரு சந்தோஷம்! என்ன ஒரு நிறைவான வாழ்க்கை இது. வேற எங்கயுமே பார்க்க முடியாது. ஏன் நான் இத இப்படி சொல்றேன்னா எல்லாருடைய மனசிலேயும் ஏதோ ஒரு குறையும், எல்லாருடைய மனநிலையிலயும் ஏதோ ஒரு ஏக்கமும், எல்லாருடைய மனசிலேயும் நிறைவு பெறாத, முற்று பெறாத ஒரு விஷயத்த வச்சிகிட்டேதான் ஏங்கிகிட்டு இருக்கிறோம்.

இப்படி இருக்கறதனாலதான் நாங்க இயங்கறோம் அப்படிங்கற ஒரு தப்பான கண்ணோட்டத்திலேயே நான் உட்பட எல்லோரும் ஏங்கிக்கிட்டிருக்கறோம். ஆனா முற்று பெற்று நிறைவான வாழ்க்கையை மிகப்பெரிய இயக்கம்னு காமிச்சிக் கிட்டிருக்கிற அவனப் பார்த்து என்னால பிரமிக்காம இருக்க முடியறதே இல்ல. எப்பவுமே நான் சொல்லுவேன். ஒரு கேன்வாஸ்ல, ஒரு காம்போஷிஷன்ல ஒரு புள்ளிய வைக்கவும் முடியக் கூடாது, எடுக்கவும் முடியக் கூடாது. அப்படி இருக்கறதுதான் ஒரு மிகப்பெரிய காம்போஷிஷன்னு நான் இதுவரைக்கும் சொல்லிக்கிட்ருந்தேன். அதயே தான் தன் வாழ்க்கையில காமிக்கிறான். அவன்கிட்ட ஒரு புள்ளிய வைக்கவும் முடியாது. அவன்கிட்டேர்ந்து ஒரு எக்ஸ்ட்ரா புள்ளிய எடுக்கவும் முடியாது.

எப்பவுமே எந்த நிமிஷத்திலேயும், எந்த ஷணத்திலேயும் நிறைவான வாழ்க்கையை வாழ்ந்து அதன் மூலமா வாழ்வியலே கலை, கலையே வாழ்வியல்னு என் முன்னாடி மட்டுமில்ல அவனுக்கு மாத்திரமில்ல உலகத்துக்கும் எப்பவுமே காட்டிக்கிட்டே இருக்கறவன் அவன்.

ஃபோட்டோஸ் ஆஃப் காட்ஸ்
சைஸ் - 40 x 40
பிரிண்ட் ஆன் ஆர்க்கேவல் பேப்பர்
2005 - 2012

இயக்கம்

"எங்கிருந்தோ வந்தான் இடைச்சாதி நான் என்றான்
இங்கிவனை யான் பெறவே என்ன தவம் செய்து விட்டேன்
கண்ணன், எங்கிருந்தோ வந்தான்
சொன்னபடி கேட்பான், துணிமணிகள் காத்திடுவான்
சின்னக் குழந்தைக்கு, சிங்காரப் பாட்டிசைப்பான்"

இதுவரைக்கும் நான் எத்தனையோ கட்டுரைகள் எழுதியிருக்கேன். தொடர்ந்து நானும் சீனுவும் பேசிக்கிறதுதான் இந்தக் கட்டுரைகளோட தொகுப்புன்னு ஆரம்பத்திலேயே சொல்லிருக்கேன். நாங்க இன்னும் பயணம் போய்க்கிட்டே இருப்போம். அப்படி போற வழி எல்லாம் நாங்க கதச்சிக்கிட்டே இருப்போம்.

இந்த கதைத்தல்ங்கறது காரிய கதைத்தல், காரண கதைத்தல் அப்படின்னு சொல்லலாமா? இல்ல கதைத்தல் பொருள்படக் கதைத்தலா? அப்படிங்கற ஒரு கேள்வி தொக்கி நிக்குது. சாதாரணமா சீனுவப் பொறுத்த வரைக்கும் எப்பவுமே ஒரே ஒரு விஷயத்தச் சொல்லுவான். சாதாரணமா இருக்கலாமே பாஸ். அது எனக்கென்னவோ நாம அப்படித்தானப்பா இருக்கோம். அப்படின்னுதான் தோணும். ஆனா அப்படி இல்ல ஒவ்வொரு செயல்லயும் ஒரு முஸ்தீபு இருக்கும். அத நாம பெரிசா பிளான் பண்ணுவோம். அத செஞ்சி முடிக்கணும்ங்கிற ஒரு ஆவேசம் இருக்கும். ஒரு வேட்கை, ஒரு

வெறி அது செஞ்சி முடிக்கப்போற செயல்பாட்டப் பொறுத்து மாறுபடும். அத ஏதோ சொல்லுவாங்கள்ள **Aim the sky catch the star** அப்படி எல்லாம் யோசிப்போம்.

பெரிசா அது செய்யப் போறேன், இது செய்யப் போறேன்னே சொல்லிக்கிட்டு இருப்போம். அதுக்காகத்தான் வாழ்ந்துட்டிருக்கோம். அது முடிஞ்சதுன்னா. எனக்கு ஒண்ணுமே இல்ல அப்படின்னு சொல்றதெல்லாம் நாம பாத்துருக்கறோம், இவன் என்ன சொல்றான்னு பாத்தா அப்படி எல்லாம் ஒண்ணுமே இல்ல. எந்த ஒரு குறைபாடும் இயக்கமா ஆகாது.

அப்படின்னு போன கட்டுரைல புதுசா ஏதோ ஒண்ணு சொல்ல வந்துருக்கான். நீ என்னதான் சொல்ல வர அப்படின்னு கேட்டேன். அவன் சொல்றான் இதுவரைக்கும் நாம் ஒரு **Thought Process** பத்தி பேசியிருக்கறோம். அப்புறம் ஒரு **Intelectual Thought Process** பத்தி பேசி இருக்கறோம். இந்த **Thought Process** ஐ டிரான்ஸ்பார்ம் பண்ற ஒரு டூல் பத்தி பேசி இருக்கறோம். அந்த டூல் மூலமா டிரான்ஸ்பார்ம் பண்ற எக்ஸ்ட்ராடினரி கிராஃப்ட்மேன்ஷிப் பத்தி பேசி இருக்கறோம். ஒரு செய்நேர்த்தி பத்தி பேசி இருக்கறோம். அதுக்கு பின்புலமா இருக்கற ஒரு அறிவின் தெளிவுபத்தி பேசி இருக்கறோம். ஆனா இது வரைக்கும் நாம பேசாத விஷயம் படைப்புக்கும் படைப்பாளனுக்கும் இடையே இருக்கக்கூடிய இயக்கம் பத்திதான். அப்படின்னு சொன்னான்.

ரொம்ப சிக்கலா இருக்கேடா. இத நாம எப்படிப் புரிஞ்சிக்கிறது? இத எப்படி சொல்றது? அப்படின்னு கேட்டேன். ரொம்ப ரொம்ப சாதாரணமாக ஒரு விஷயம் பாஸ், எல்லாரும் என்ன நினைக்கிறாங்க? ஒரு கற்பனையை, ஒரு கனவை நோக்கி நீந்திப் போறதுதான் வாழ்க்கைன்னு நினைக்கிறாங்க. ஒரு கனவும் கற்பனையும் எட்டாக்கனி. அதை எப்படிப் பிடிக்க முயல்றது, முயல்வதற்கு தேவைப்படற தன்னம்பிக்கை இதப் பத்தியெல்லாம் எல்லாரும் பேசி அதுதான் வாழ்க்கைன்னு சொல்லிக் குடுத்தாங்க.

இந்த வெற்றி விழா படத்துல ஜிந்தாங்கற வில்லன் கேரக்டர் பேசற மாதிரி ஓட்டப்பந்தயத்துல ஓடறவனப் புடிக்கும், தோத்தவனப் புடிக்கும், ஜெயிச்சவனப் புடிக்கும், வெறுமனே நின்னு கை தட்டுறவனப் புடிக்காதுன்னு சொல்ற இயல்பான வசனம் மாதிரி இல்ல வாழ்க்கை. ஓடவும் வேணாம், ஜெயிக்கவும் வேணாம், தோக்கவும் வேணாம், அப்படியிருக்கறது தான் கலாபூர்வமான ஒரு வாழ்வியல்.

கலைஞர்களுக்கான ஒரு வாழ்வியல் என்பது, கலை சார்ந்த வாழ்வியலே அப்படின்னு சொல்றான். முழுமை பெற்ற ஒவ்வொரு நொடியும், முழுமை பெற்ற ஒவ்வொரு நிமிடமும், முழுமை பெற்ற ஒவ்வொரு மணி நேரமும்தான் ஒரு மிகப்பெரிய இயக்கமாகவும், ஒரு மிகப்பெரிய வாழ்வியலாகவும் அமைந்து, ஒரு மிகப்பெரிய மனநிறைவையும் சந்தோஷத்தையும் கொடுக்கற கலையே வாழ்வியலாக, வாழ்வியலே கலையாகத் தான் வைத்திருப்பதாகவும் சொல்லும்போது அத நானும் அசை போட்டு நெனச்சுப் பாக்குறேன்.

அதுதான் உண்மைன்னு இப்பதான் எனக்கும் தெரியுது. நானும் இவனும் இத தெரிஞ்சிக்காமலேயே இதப் பத்திப் பேசிக்காமலேயே இவ்ளோ வருஷமா, இத்தன நாளா ஒரு நிறைவான வாழ்க்கைய வாழ்ந்துட்டுருக்கறோம்னா அதனுடைய ரகசியம் இதுவாத்தான் இருக்கணும் அப்படின்னு எனக்குத் தோண ஆரம்பிச்சிருக்கு.

தெளிவா சொல்லணும்னா ஒரு நல்ல ரசனையோட, சமூகத்தின் மீதான ஒரு அக்கறையோட, அப்படின்னா என்னன்னு கேட்கலாம். தன் மேல யாரு அதிகமா அக்கறை எடுத்துக்கறானோ, தன்னை யாரு அதிக ரசனையோட வச்சிருக்கானோ, தன்னை யாரு மிக அழகான அழகியலோடு வச்சிருக்கானோ, அறிவு சார்ந்த ஒரு வாழ்க்கையைத் தனக்கானதா அமைச்சிக்கிறானோ அவன்தான் சமூகத்தின் மேலே மிகப்பெரிய அக்கறை உள்ளவன்.

சமூகம் செழிப்படைய ஒரு மிகப்பெரிய விஷயத்த விட்டுட்டுப் போறவன். இந்தச் சமூக மாற்றத்திற்கான பல விஷயங்களக் கண்டுபிடிச்சு கொடுக்கறவன். இந்தச் சமூகத்த முன்னெடுத்துக்கிட்டு போற முன்னோடி அப்படின்னு எனக்கு இப்பத்தான் தோணுது.

ஒரு சாதாரணமான, ஒரு இயல்பான, ஒரு சந்தோஷமான, ஒரு முழுமையான வாழ்க்கைய வாழக்கூடிய ஒவ்வொருத்தனுமே ஒரு நல்ல படைப்பாளி. ஒரு நல்ல இயக்கமுடன் கூடிய படைப்பைப் படைப்பவன்.

சேக்கிழார் பெருமான் அறுபத்து மூன்று நாயன்மார்கள் பத்தி தொகுத்து பெரிய புராணம் எழுதியிருக்காரு. அதுல ஒவ்வொரு நாயன்மாரும் ஒவ்வொரு விதமா இறைவனை அடைஞ்சதா அவர் விவரிச்சி சொல்லிட்டு வர்றார்.

அதுல மிகவும் முக்கியமானவர் பூசலார் நாயனார். அவரு குங்கிலியம் போடல, சாக்கிய நாயனார் மாதிரி கல்லால் அடித்து பூஜை செய்யல, கண்ணப்பர் மாதிரி கண்ணத் தோண்டிக் கொடுக்கல. சுவாரஸ்யமான ஒரு விஷயத்த மட்டும் அவரு பண்ணிருக்காரு

இயக்கம் அப்படிங்கறது இந்த உலகத்தப் பொறுத்த வரைக்கும் சூட்சும சரீரத்தாலச் செய்யப்பட்டு, பிறருடைய பார்வையாலயும், பிறருடைய நுகர்வாலயும், பிறருடைய ஸ்பரிசத்தாலயும் அவர்கள் எல்லோரும் உணரக்கூடிய வகையில் நடந்துக்கறது மட்டும்தான் அப்படிங்கறது இல்ல. அதையும் தாண்டி ஆத்மார்த்தமா ஆன்மாவின் மூலமாக நடக்கற, நடத்தி காமிக்கற ஒரு பெரிய விஷயம்தான் இயக்கம் அப்படிங்கறத பூசலார் மூலமா சேக்கிழார் பெருமான் பெரிய புராணத்துல சொல்றார்.

பல்லவ மகாராஜா உண்மையிலேயே கட்டின கோயிலுக்கு போகாத சிவபெருமான், பூசலார் நாயனார் மனசுக்குள்ளயே கட்டிய கோயிலுக்கு வந்ததா ராஜாவோட கனவுல போயி சொன்ன பிறகுதான் மகாராஜாவுக்கே தெரிஞ்சது.

வெறும் கல்லாலேயும் மண்ணாலேயும் கட்டி முடிக்கப்பட்ட கோயில் என்றாலும் கூட, அதையும் தாண்டி மனதாலேயே கட்டி முடிக்கப்பட்ட கோயில்தான் உண்மையான கோயில் என்பதைப் புரிய வைப்பதற்கு சிவபெருமான் ஆடிய நாடகமும், பூசலார் நாயனார் மூலமாக நாமறிந்த உண்மையும், கலாபூர்வமான வாழ்வியலும், கலை சார்ந்த வாழ்க்கையும் இழைத்தலிலும் காட்டலிலும் மட்டும் அல்ல.

இயக்கம் சார்ந்த ஒரு மிகப்பெரிய விஷயத்தை, ஒரு படைப்பை ஒரு படைப்பாளி தரவேண்டுமேயானால் மிக அழகான, ரம்மியமான, ரசனையுள்ள, சாதாரணமாக உள்ள ஆத்ம பூர்வமான ஒரு வாழ்வியலாலேயே கலைப்பூர்வமான வாழ்வியலே கலையாகவும் கலையே வாழ்வியலாகவும் கொண்ட ஒரு சிலரால் மட்டுமே மிகச்சிறந்த படைப்புகளைப் கொடுக்க முடியும், சமூகத்தில் மாற்றத்தை உண்டாக்க முடியும் என்பது என் நம்பிக்கை.

அது சீனுவின் மீது வைத்த நம்பிக்கை மாத்திரம் அல்ல, அவன் போன்ற எண்ணற்ற இயக்கங்களின் மீது வைத்த நம்பிக்கையும்கூட.

அரூபம்

"ஆட்டுக்குட்டி முட்டையிட்டு,
கோழிக்குஞ்சு வந்ததுன்னு,
யானைக்குஞ்சு சொல்லக்கேட்டு,
பூனைக்குஞ்சு சொன்னதுண்டு
கதயில்லசாமி... இப்போ காணுது பூமி...
இதுமட்டுந்தானா... இன்னும் இருக்குது சாமி..."

Parrot Green- ல ஒரு காக்கா வந்துச்சாங், சீனு வீட்டுக்குச் சமீபத்துல நான் போயிருந்தப்ப அவனோட குட்டிப்பையன், அருண்மொழித்தேவன், "பாஸ், நல்லா இருக்கீங்களான்னு கேட்டுக்கிட்டே சொன்னான். எனக்கு அப்பதான் தோணுச்சு பேரட் கிரீன்ல காக்கா நல்லாயிருக்கே" இந்த இடத்தில சீனுகிட்ட அப்ஸ்ட்ராக்ஷன் பத்தி பேசலாம்னு தோணுச்சு. அத்தோடு அத மறந்தே போயிட்டேன். அதுக்கப்புறம் ஒரு நாள் சனிக்கிழமை பூரா ஊர் சுத்துனோம். டிரிப்லிகேன் போனோம். வழக்கம் போல "காசி விஸ்வநாதர்" மெஸ்ல சாப்பிட்டோம். வினயாசா கேலரிக்குப் போனோம். பட்டினப்பாக்கம் பீச்சில வழக்கமா ஒக்காருற இடத்துல ஒக்காந்து பேசிக்கிட்டிருந்தோம். அப்புறம் போயி டீ குடிச்சிட்டு, ஒரு 9.30 மணிக்கு பஸ் ஏறி வீட்டுக்கு வந்துட்டேன்.

மறுநாளு ஞாயிற்றுக்கிழமை என்பதால பெருமாள் கோயிலுக்கு பிளான் போட்டோம். ஸ்ரீபெரும்புதூர் பெருமாள் கோயில்தான். அவனும் சரின்னு சொன்னான். காலையில 8 மணிக்கு அவனுக்கு போன் போட்டேன் அவன் எடுக்கல, 9, 9.30க்குப் போட்டேன். அப்பவும் எடுக்கல, 10 மணிக்கு அவன் போன் பண்ணப்ப, எனக்கு நெஞ்சுவலி, "ஏதோ டிஸ்ட்ரபன்ஸா இருக்குடா, நான் எஸ்.வி. ஆஸ்பிட்டலுக்குப் போறேன்னு" சொல்லும் போதே "நான் வீட்லேருந்து கிளம்பிட்டேன் வந்தரா்ன்னு" சொல்லிட்டுப் போன வச்சிட்டான். அதுக்கப்புறம் வரதராஜன் என்ன ஆம்புலன்சுல போட்டு *MMM* ஆஸ்பிட்டலுக்கு அனுப்பிட்டாரு. ஆம்புலன்ஸ் போர்ட்டிகோவுக்கு நுழையும்போதே சீனுவும், கோபுவும் அங்கிருந்தாங்க. மனசுக்கு நிம்மதியாக இருந்துச்சு. அவனோட கையப் பிடிச்சிட்டேன்.

அதுக்கப்புறம் டாக்டர் எல்லாம் சேர்ந்து என்னவோ பண்ணி என்ன காப்பாத்திட்டாங்கன்னு வைச்சிக்கங்களேன். இதோ இந்த மார்ச் 5-ம் தேதி எனக்கு ஆபரேஷன்.

இந்த இடத்துல ஒரு விஷயம் நான் சொல்லணும். ஒவ்வொரு ஆபரேஷனுக்கு முன்னாடி கொடுக்கப்படற மயக்க மருந்தினால ஏற்படற நினைவுகள் அப்ஸ்ட்ராக்ஷனா எதபத்தில்லாம் நெனச்சிப்போம், என்னல்லாம் யோசிப்போம். ஒரு தடவ சீனுவுக்கு எஸ்.வி ஆஸ்பிட்டல்ல மயக்க மருந்து கொடுத்தப்ப, சிங்காரவேலனப் புடிச்சிக்கிட்டு என்னென்னமோ தெரியுதுடா, என்னென்னமோ வருதுடா, போவுதுடானு பேசிக்கிட்டு இருந்தான். நான் கூட அப்படி நெனக்கிறதுக்கு முயற்சி பண்ணிக்கிட்டிருந்தேன். ஆனா, இதப்பத்தியெல்லாம் பேசணும்னுதான் நெனச்சிக்கிட்டிருந்தேன். திடீரென்று ஒருநாள் போன் பண்ணி கோயம்புத்தூர்ல ஷோ வைக்கலாம் அப்படின்னு சொன்னப்பதான், சரின்னு சொன்னேன். ஒரு ஃபைல் கொண்டு வந்து பத்து படத்த காமிச்சான். ரொம்ப அழகான நிறங்கள். ஒவ்வொன்னும் வெவ்வேறு தளத்துல ஒத்துப் போறதையும், கண்ணுக்கு விருந்தா அமைஞ்சிருந்ததையும் என்னால பார்க்க முடிஞ்சது. "என்னடா சீனு என்ன பண்ணிருக்க, ரொம்ப நல்லாயிருக்கேன்னு" கேட்டப்பதான், வழக்கம்போல அவன் பேச ஆரம்பிச்சான். அவன் வாயத் திறந்தாதான் மூடவே மாட்டானே. அதபோல பேசிக்கிட்டே போனான்.

அரூப ஓவியங்கள் மேலே ஈர்ப்பு வந்து மாறிட்டான்னு என்னால சொல்ல முடியல. ஒவ்வொரு ஓவியனுக்கு உள்ளேயும் இப்படித்தான் இருக்கணும் என்கிற ஒரு நியதி இல்லாம, அவர்களுடைய வாழ்வியல் பரிசோதனையை ஆர்ட் மூலமா வெளிப்படுத்தும்போது, உருவ ஓவியமாகவோ, அரூப ஓவியமாகவோ, அருஉருவமாகவோ வெளிப்படுவதுதான் சீனுக்கிட்டியிருந்து என்னால பார்க்க முடிஞ்சது. அவன் புகைப்படங்கள, லைன் டிராய்ங்கா, இன்னும் அவனாகவே உருவாக்கிய பேக்ரவுண்ட இணைச்சு ஒரு புது காம்போசிசனப் பண்ணிக்கிட்டிருந்தான். அதுக்கப்புறம் சைவசிந்தாந்தம், தஞ்சாவூர் விவசாயிகள் இப்படியெல்லாம் பண்ணிக்கிட்டிருந்தது எனக்குத் தெரியும். திடீர்னு இப்படியொரு அரூப வகை ஓவியத்தைப் பண்ணுவதற்கு என்னடா காரணம்னு நான் கேட்டேன். "அமெத்தீஸ்ட்" என்கிற ரெஸ்டாரண்ட்ல இயற்கையான சூழலுக்கு மத்தியில நடந்த அந்த உரையாடல், உங்க எல்லாருக்குமே உபயோகமா இருக்கும் அப்படிங்கின்றதாலதான் இவ்வளவு பெரிய பீடிகையோட நான் சொல்ல முனையிறேன். சீனுவோட மொழியில் சொல்லணும்னா, ஞாபகம் வச்சிகிறதுக்கும் மறந்துபோறதுக்கும் நடுவே என்ன அப்படின்னு ஒரு கேள்வியைக் கேட்டான். அப்புறம் அவன் சொன்னான். இந்த ஓவியத்துக்கான தூண்டுதலோ தேடலோ எதுவுமே இல்ல. அவனுடைய சிந்தனையில் இந்த மாதிரியான ஞாபகம் வச்சிறதுக்கும், மறந்து போறதுக்கும் நடுவுல என்ன என்ற கேள்வியக் கேட்டு, அந்தக் கேள்வியோட சிந்தனை ஓட்டத்துல நடக்குற "ஆக்ஸிடென்டல் இன்சிடென்ஸ" ஓவியமா மாத்துனா, அது என்னமாதிரி விஷீவலா வரும் அப்படிங்குறதுதான் அவன் சேலஞ்சா எடுத்துப் பண்ணிருக்கிறதா சொன்னான்.

'இது எங்கிருந்து உனக்குத் தோணுச்சி அப்படின்னு கேட்டப்பத்தான் அவன் சொன்னான், அவனுடைய ரெண்டரை வயசு பையன் அருண்மொழித்தேவன் சொன்ன ஒரு குட்டிக் கதைதான் அதுக்கானத் தேடுதலத் துவங்கிச்சின்னு சொன்னான். அந்தக் கதைதான் பேரட் கிரீன்ல ஒரு காக்கான்னு ஆரம்பிக்கிற வழக்கமான காக்கா, நரிக்கதை அதுக்கப்புறம் அவனுடைய படங்களைப் பார்க்கும்போது, டெக்சர், கலர், லைன்ஸ், ஃபார்ம், ஷேப் எல்லாமே இருக்கு, ஆனா எல்லாமே

இல்லாமலும் இருக்கு. இதப்பத்தி அவன்கிட்ட பேசும்போது, ஓவியத்தினுடைய மெத்தடாலஜி என்னவா இருக்கும் அப்படிங்கறது வேற, ஓவியத்தினுடைய கான்ஸெப்ட் என்னங்கிறது வேற, மெத்தடாலஜி அப்படீன்னா உருவ ஓவியம், அரூப ஓவியம் அப்படின்னு நாம சொல்லலாம். கான்ஸெப்ட்ன்னா, அதுக்குப் பின்புலமா இருக்கிற சிந்தனையைப் பத்தி பேசற விஷயமா வைச்சிக்கலாம். அரூப ஓவியங்களுக்கான சிந்தனை தேடல்கள்ல சீனுவாசனோடது ரொம்ப புதிதாகவும், முக்கியமானதாகவும் எனக்குப் பட்டுச்சி, ஒரு சிந்தனையில நடக்கிற விபத்தில் இருந்து எடுக்கப்பட்ட ஒரு கருப்பொருளை விஷீவலாக மாற்றுவதற்கான தேடல் அப்படீன்னு வச்சிக்கிட்டா அதோட மெத்தடாலஜி, குழந்தைகள் சுவரில் கிறுக்கப்பட்ட கிறுக்கல்களைக் கோட்டோவியமாகவும், அதனுடைய டெக்சர் ஃபார்ம், கலர், ஷேப் இது எல்லாமே அரூப வகைகளாகவும், இவ்வாறான விஷயங்களை ஒன்றின் மேல் ஒன்றாக அடுக்காக அடுக்கி டிஜிட்டல் வகை ஓவியங்களாக, கம்ப்யூட்டர் சாஃப்ட்வேர் உதவியோடு மிக நீண்ட காலம் உழைத்து உருவாக்கப்பட்ட இந்த ஓவியங்களை, மிக புதியப் சிந்தனையாக, பார்வையாளர்களை மிகப் பெரிய, சிந்தனைக்கு உள்ளாக்கியதாகவும் எனக்குப் பட்டது.

மரபு சார்ந்த பழமையான டூலை பயன்படுத்தாமல் வழி வழி வந்த பழங்கதைகளை நினைவு கொள்ளாமல் ஒரு புதிய முயற்சியை எர்த்தியாக வட்டார வழக்காற்றலோடு இயைந்த உலகத் தரத்தில் உலக மொழியில் கொடுக்கப்பட்ட இந்த அரூப வகை ஓவியங்கள், உண்மையிலேயே என்னையும் சீனுவையும், என் போன்ற படைப்புக் கலைஞர்களின் வாழ்வியலையும் வேறொரு தளத்திற்கு இட்டுச் சென்று விட்டதாகவே நான் நினைக்கிறேன். விரைவில் இதைப் பற்றி நாம் மீண்டும் பல சந்தர்ப்பங்களில் பேசுவோம்.

ஃபோட்டோஸ் ஆஃப் காட்ஸ்
சைஸ் - 40 x 40
பிரிண்ட் ஆன் ஆர்க்கேவல் பேப்பர்
2005 - 2012